ഇക്കിഗൈ

ജാപ്പനീസ് ആർട്ട് ഓഫ് ലിവിംഗ്

കെയ്റ മിക്കി

DIAMOND BOOKS
www.diamondbook.in

പ്രസാധകർ : **ഡയമണ്ട് പോക്കറ്റ് ബുക്സ് (പി) ലിമിറ്റഡ്.**
X-30, ഓഖ്ല ഇൻഡസ്ട്രിയൽ ഏരിയ,
ഘട്ടം-II ന്യൂഡൽഹി-1 10020
ഫോൺ : 011-40712200
ഇ-മെയിൽ: sales@dpb.in
വെബ്സൈറ്റ്: www.dpb.in
പതിപ്പ്: 2022

ഇക്കിഗൈ (ജപ്പാൻ ആർട്ട് ഓഫ് ലിവിംഗ്)
രചയിതാവ് - കെയ്റ മിക്കി
വിവർത്തനം ചെയ്തത് - നിധി വർമ്മ & സവ്നീത് കൗർ

ആമുഖം

ഇക്കിഗായ്:
ജാപ്പനീസ് ആർട്ട് ഓഫ് ലിവിംഗ്

ഒരു വ്യക്തിയുടെ വ്യക്തിത്വം ലോകത്തെ മുഴുവൻ സ്വാധീനിക്കുന്നതുപോലെ, ലോകത്തിലെ മറ്റ് രാജ്യങ്ങളെ സ്വാധീനിച്ച രാജ്യങ്ങൾ വളരെ കുറവാണ്. അവരുടെ ജീവിതശൈലിയിൽ പേരുകേട്ട രാജ്യങ്ങൾ വളരെ കുറവാണ്. ഈ നിമിഷത്തിൽ, ആ രാജ്യത്തിലെ ജനങ്ങൾ ഏറ്റവും കൂടുതൽ കാലം ജീവിക്കുന്നു എന്ന് പറയപ്പെടുന്ന ഒരു രാജ്യത്ത് ഒരാളുടെ ഹൃദയം സ്ഥാപിക്കാൻ ഞാൻ ആഗ്രഹിക്കുന്നു. ആ രാജ്യം ജപ്പാൻ ആണ്.

ജാപ്പനീസ് കൂടുതൽ കാലം ജീവിക്കുന്നു, കൂടുതൽ കാലം സജീവമായി തുടരുന്നു, സാമൂഹിക ജീവിതം നയിക്കുന്നു, അവരുടെ രാജ്യത്തിന്റെ വികസനത്തിന് സബ്സിഡി നൽകുന്നു. നിലവിൽ, ഇത് എങ്ങനെയാണ് സാധ്യമായതെന്ന് അറിയാനും ജാപ്പനീസ് എങ്ങനെ ജീവിക്കുന്നു എന്നതിനെക്കുറിച്ച് അറിയാനും ആളുകൾ ആഗ്രഹിക്കുന്നു. രണ്ടാം ലോകമഹായുദ്ധസമയത്ത് ജപ്പാനെ സാരമായി ബാധിച്ചിട്ടും ഇതാണ്. ദശലക്ഷക്കണക്കിന് ആളുകൾക്ക് ജീവൻ നഷ്ടപ്പെട്ടു. പല രാജ്യങ്ങളും നിരോധനം ഏർപ്പെടുത്തി. ജപ്പാനിലെ ആളുകൾ പട്ടിണി കിടന്ന് മരിക്കാൻ തുടങ്ങിയിരുന്നു. അപ്പോഴും ജപ്പാൻ ഏഷ്യയിലെ ഏറ്റവും വലിയ രാഷ്ട്രീയ സാമ്പത്തിക ശക്തിയായി ഉയർന്നു. ഇതെങ്ങനെ സാധ്യമായി? ജാപ്പനീസ് ജീവിതശൈലിയാണ് ഇത് സാധ്യമാക്കിയത്.

ജാപ്പനീസ് ജീവിതശൈലി എന്താണെന്ന് ഇപ്പോൾ നിങ്ങൾ ചിന്തിച്ചേക്കാം. വരാനിരിക്കുന്ന അധ്യായങ്ങളിൽ ഞാൻ വിശദീകരിക്കാൻ ആഗ്രഹിക്കുന്നു, ഈ ജാപ്പനീസ് ജീവിത കലയുടെ പേര് 'ഇകിഗൈ' എന്നാണ്. തങ്ങളുടെ ജീവിതം സംതൃപ്തവും ശാശ്വതവുമാക്കാൻ ജപ്പാനിലെ ജനങ്ങൾ ഈ ജീവിതരീതി പിന്തുടരുന്നു. ഇക്കിഗായ് എന്ന വാക്കിന്റെ

അർത്ഥം, "ജീവിതത്തിന്റെ അർത്ഥമെന്താണ്?" ഇക്കിഗൈയുടെ തത്ത്വങ്ങൾ അവരുടെ ജീവിതത്തിന്റെ ഉദ്ദേശശുദ്ധി അന്വേഷിക്കാൻ ആളുകളെ സഹായിക്കുന്നു. നിങ്ങളുടെ Ikigai കണ്ടെത്തുമ്പോൾ, അതായത്, അർത്ഥം അല്ലെങ്കിൽ

നിങ്ങളുടെ ജീവിതത്തിന്റെ ലക്ഷ്യം, അപ്പോൾ നിങ്ങൾക്ക് ഒരു മികച്ച ജീവിതം നയിക്കാനാകും. ഈ പുസ്തകം നിങ്ങൾക്ക് സൈദ്ധാന്തിക ആശയങ്ങൾ മാത്രമല്ല, പ്രായോഗിക ഉദാഹരണങ്ങൾ ഉപയോഗിച്ച് ഇക്കിഗായി ജീവിതം എങ്ങനെ നയിക്കാമെന്നും നൽകും. ഈ ജാപ്പനീസ് ജീവിതരീതി യഥാർത്ഥത്തിൽ എന്താണെന്നും ആ രാജ്യത്തെ ആളുകൾ അവരുടെ ലക്ഷ്യങ്ങൾ എങ്ങനെ നേടുന്നുവെന്നും അവർ സമൂഹത്തിൽ എങ്ങനെ വലിയ ഉയരങ്ങൾ നേടുന്നുവെന്നും ഉയർന്ന സാമൂഹിക നില കൈവരിക്കുന്നുവെന്നും അപ്പോഴാണ് നിങ്ങൾ അറിയുന്നത്. ദീർഘവും ഫലപ്രദവുമായ ജീവിതം നയിക്കാൻ അവർ എന്താണ് കഴിക്കുന്നത്? വിജയകരമായ ജീവിതം നയിക്കാനും എല്ലാ ദിവസവും വിജയത്തിന്റെ പുതിയ ഉയരങ്ങൾ കൈവരിക്കാനും ഈ പുസ്തകം നിങ്ങളെ സഹായിക്കും, നിങ്ങൾ അത് ആസ്വദിക്കുകയും ചെയ്യും.

എന്താണ് ഇക്കിഗൈ? ഒരു വ്യക്തി എപ്പോഴും അവരുടെ ലക്ഷ്യത്തിൽ ശ്രദ്ധ കേന്ദ്രീകരിക്കാൻ പ്രചോദിപ്പിക്കപ്പെടുന്ന വിധത്തിൽ ജീവിതം നയിക്കുന്ന കലയാണ് ഇക്കിഗൈ. നിങ്ങളുടെ ജീവിതം

അർത്ഥപൂർണ്ണമാക്കുക എന്നതാണ് ഇക്കിഗൈയുടെ അർത്ഥം. ഇക്കിഗൈയുടെ തത്വങ്ങൾ ഉപയോഗിക്കുന്ന ആളുകൾ എപ്പോഴും അർത്ഥബോധത്തോടെയാണ് രാവിലെ ഉണരുന്നത്. അതുകൊണ്ടാണ് രണ്ടാം ലോകമഹായുദ്ധത്തിൽ തകർന്നടിഞ്ഞിട്ടും ജപ്പാൻ വികസിക്കുക മാത്രമല്ല ദീർഘായുസ്സുള്ള രാജ്യമായി മാറുകയും ചെയ്തത്. ഇതെല്ലാം എങ്ങനെ സാധ്യമായി? ഇക്കിഗൈയുടെ തത്വങ്ങൾ സ്വീകരിച്ചുകൊണ്ട് മാത്രമാണ് ഇത് സാധ്യമായത്. നല്ലതും അർത്ഥപൂർണ്ണവുമായ ഒരു ദീർഘായുസ്സ് ജീവിക്കാൻ നിങ്ങൾ ആഗ്രഹിക്കുന്നുവെങ്കിൽ, ഈ പുസ്തകം നിങ്ങളെ സഹായിക്കും.

– രചയിതാവ്

ഉള്ളടക്കം

അധ്യായം I

ചെറുപ്പമായി തുടരാനുള്ള അഭിരുചി

കൗതുകകരവും കലാത്മകവുമായ ഒരു സ്ഥാപനം ഞങ്ങളുടെ പക്കലുണ്ട്. നമ്മുടെ ജീവിതത്തിൽ നാം ഉൾക്കൊള്ളുന്ന ഇക്കിഗൈയുടെ തത്വം നിങ്ങൾ ഒരിക്കൽ മനസ്സിലാക്കിയാൽ, ഒരാൾക്ക് ശാശ്വതവും അമൂല്യവുമായ ജീവിതം നയിക്കാനാകും. നമ്മുടെ നാട്ടുകാരിൽ 24% പേരും ഏകദേശം 100 വയസ്സ് പ്രായമുള്ളവരാണെന്ന് നിങ്ങൾ തിരിഞ്ഞുനോക്കിയേക്കാം. നമുക്ക് എങ്ങനെ പൂവിടാൻ കഴിയും? തുടക്കത്തിൽ, ഞാൻ ഇക്കിഗായിയുടെ പാത പിന്തുടരുകയാണെങ്കിൽ, നമ്മുടെ അസ്തിത്വത്തിന്റെ യുക്തി ഞങ്ങൾ മനസ്സിലാക്കുന്നു. അവിടെ നിന്ന്, നമ്മുടെ ഭക്ഷണം, ജീവിത നിലവാരം, അധ്വാനം, സംസ്കാരം എന്നിവയിൽ ഇക്കിഗൈയുടെ സങ്കൽപ്പങ്ങളിലേക്ക് നീങ്ങുന്നു. ജാപ്പനീസ്, നമ്മുടെ പ്രായം നന്നായി ധരിക്കാൻ എന്താണ് ചെയ്യുന്നതെന്ന് നമുക്ക് പര്യവേക്ഷണം ചെയ്യാം.

ജീവിതത്തിന്റെ പ്രേരണ

ഈ ലോകത്ത്, വ്യക്തികൾ അവരുടെ ആത്മവിചിന്തനത്തെ അടിസ്ഥാനമാക്കി അവരുടെ ജീവിതത്തിൽ ആനന്ദം കണ്ടെത്തുന്നു. എല്ലാവരും പരസ്പരം മത്സരിച്ചും നേർക്കുനേർ പോകുന്ന ഓട്ടത്തിലാണ്. അവരുടെ ഒരേയൊരു ലക്ഷ്യംഎല്ലാവരെയും വീഴ്ത്തുക എന്നതാണ് ജീവിതം. സമകാലിക സാഹചര്യത്തിൽ, ആളുകൾ മിക്കവാറും എല്ലാം തൂത്തുവാരുന്നു. അവർ അവരുടെ കുടുംബത്തോട് കരുതിക്കൂട്ടി അവഗണന കാണിക്കുന്നു.

എല്ലാവരും സ്വയം അധ്വാനിക്കുന്നവരാണ്, എന്നാൽ അവരുടെ ജീവിതത്തിൽ ശാന്തതയോ ഉന്മേഷമോ ഇല്ല. ഒരാൾക്ക് ചോദ്യം ചെയ്യാൻ പോലും കഴിയും: നിങ്ങൾ എന്താണ് ആഗ്രഹിക്കുന്നത്? എന്താണ് നിങ്ങളുടെ ജീവിക്കാനുള്ള ഉദ്ദേശം? പലപ്പോഴും ഒരാൾക്ക് ഇങ്ങനെയുള്ള ഫീഡ്ബാക്ക് ലഭിക്കും: 'നിങ്ങൾ എങ്ങനെയാണ് അഭിലാഷത്തെ നിർവചിക്കുന്നത്? എന്റെ ജീവിതത്തിലെ ഉദ്ദേശം ഉപജീവനം സമ്പാദിക്കുക, സ്വയം പോറ്റാൻ കഴിയുക എന്നതാണ്; ഒരു ഉപജീവനമാർഗം നേടുന്നതിനും അത് പുറപ്പെടുന്നതിന് മുമ്പ് ജീവിതം ആസ്വദിക്കുന്നതിനും.' ഒരാൾ ദൂരെയുള്ള ആളുകളെ കാറ്റെക്കൈസ് ചെയ്താൽ, ഏതാണ്ട് 90% നറുക്കെടുപ്പിൽ നിന്നും ഇതേ ഉത്തരം തന്നെ തിരിച്ചുനൽകുന്നു. അപ്പോൾ, ഞാൻ എന്റെ കേസ് മുന്നോട്ട് വെച്ചു, ഇതും ഇതും മാത്രമാണോ നമ്മുടെ ജീവിതത്തിന്റെ അടിസ്ഥാനം? വെറുതെ പണം സമ്പാദിക്കുന്നതിന് വേണ്ടി നമ്മുടെ ജീവിതം തന്നെ കൊന്നു കളയണോ?

അത്വാർട്ട്, ഞങ്ങൾ, ജാപ്പനീസ്, ഞങ്ങൾ പ്രതീക്ഷിക്കുന്ന ജീവിതത്തിനായി ഉദ്ദേശശുദ്ധി പാലിക്കുന്നു. അത് നിറവേറ്റുന്നതിന്, ഞങ്ങളുടെ ലക്ഷ്യങ്ങൾക്കനുസരിച്ച് ഞങ്ങളുടെ പെരുമാറ്റവും കൺവെൻഷനുകളും ഞങ്ങൾ സ്ഥിരമായി മാറ്റുന്നു. മിക്ക ആളുകളും ലക്ഷ്യബോധമുള്ളവരാണ്, അവരുടെ ജീവിതരീതിയുമായി

പൊരുത്തപ്പെടുന്നു, ഇത് തെറ്റായ ധാരണകളിൽ ഒന്നായി മാറുന്നു. സൂര്യനുദിക്കുന്ന സമയമായതിനാൽ ഞങ്ങൾ ആമ്പിയെടുക്കുന്നില്ല; പകരം, നാം പുരോഗതിയിലേക്കും നമ്മുടെ ലക്ഷ്യങ്ങൾ പൂർത്തീകരിക്കുന്നതിലേക്കും ഉണരുന്നു.

സ്ഥാനത്യാഗത്തിന് യുഗമില്ല

ജീവിതത്തിന്റെ ശോഷിച്ച വർഷങ്ങൾ നമ്മെ കുറിച്ച് ഓർമ്മിപ്പിക്കുന്നു. അതിനുശേഷം, മിക്ക ആളുകളും വീട്ടിൽ കുതികാൽ ചവിട്ടുകയും അതിൽ മുങ്ങുകയും ചെയ്യുന്നു, അവരുടെ ഏകതാനമായ ദൈനംദിന ദിനചര്യകൾ ജീവിക്കുന്നു. സ്ഥാനത്യാഗത്തിനു ശേഷം ജീവിതം ദുസ്സഹമായിരിക്കുമെന്നും സമയം കളയാൻ ബുദ്ധിമുട്ടാണെന്നും മിക്ക ആളുകളും മനസ്സിലാക്കുന്നു. നിങ്ങളും ഇത് പ്രതിഫലിപ്പിക്കുകയാണെങ്കിൽ, അത് വീണ്ടും കാസ്റ്റ് ചെയ്യുക. കാരണം ഞങ്ങൾ, ജാപ്പനീസ്, ക്ഷീണിതരാകാൻ നമ്മെത്തന്നെ അനുവദിക്കുന്നില്ല. ഒരു നിശ്ചിത പ്രായത്തിൽ എത്തുമ്പോൾ, നമ്മൾ പുതിയ ഉദ്ദേശ്യങ്ങൾ പുറത്തെടുക്കുന്നു. നിങ്ങൾ ഈ ആശയം അംഗീകരിക്കുകയാണെങ്കിൽ, നിങ്ങൾക്കും ആകർഷകമാകും. നിങ്ങൾ മങ്ങുകയാണെങ്കിൽ, നിങ്ങളുടെ ജീവിതത്തിൽ പുതിയ എന്തെങ്കിലും ചെയ്യാൻ ശ്രമിക്കുക.

1. ലക്ഷ്യം സ്ഥാപിക്കുന്നത് സംതൃപ്തി നൽകുന്നു:ജാപ്പനീസ് ആളുകൾ എപ്പോഴും ലക്ഷ്യബോധമുള്ളവരാണ്. ഇത് ഞങ്ങളുടെ ഉപജീവനം നൽകുന്നു ഒപ്പം പരമാധികാരവും. അതിനാൽ, നാം സന്തോഷവാനും മറ്റുള്ളവരെ ഉന്മേഷഭരിതരാക്കുകയും ചെയ്യുന്നു. ഈ രീതിയിൽ, ഞങ്ങൾ ചെറുപ്പമായി തുടരുകയും സംതൃപ്തിയും ആനന്ദവും നേടുകയും ചെയ്യുന്നു. ഈ സന്ദർഭത്തിൽ നിന്നുള്ള നിയമാനുസൃതമായ മുദ്രണം മനുഷ്യജീവിതം ലക്ഷ്യബോധമുള്ളതായിരിക്കണം എന്നതാണ്.

2. ഞങ്ങളുടെ സ്ഥാപനത്തിന്റെ സമ്പൂർണ്ണ അർത്ഥം:ജീവിതം എന്തിനെ പ്രതിനിധീകരിക്കുന്നു? ജീവിതത്തിലെ അഭിലാഷങ്ങൾ, സമ്പൂർണ്ണത, സംതൃപ്തി എന്നിവയെ നാം എങ്ങനെ ചിത്രീകരിക്കും? എന്തിന്റെയും ആത്യന്തിക പ്രാധാന്യം നമുക്ക് പിടിച്ചെടുക്കാൻ കഴിയുമോ? നിശ്ശബ്ദരായ ഭൂരിപക്ഷം ഈ പ്രധാനപ്പെട്ട ചോദ്യങ്ങളെക്കുറിച്ച് ചിന്തിക്കാൻ താൽക്കാലികമായി നിർത്തിയില്ല. എന്തിനാണ് തങ്ങളുടെ കണ്ണികൾ തകർന്നത്, എന്തിനാണ് അവർ എല്ലാം കീഴടക്കിയതെങ്കിലും, എന്തിനാണ് അവർ ആരംഭിച്ചതെന്ന് അവർ ഓർക്കുമ്പോൾ, എന്തുകൊണ്ടാണ് അവർക്ക് നിസ്സംഗത അനുഭവപ്പെടുന്നത്. ജപ്പാൻകാർ എപ്പോഴും ജീവിതം മൂല്യവത്തായതാക്കാൻ ശ്രമിക്കുന്നു. അങ്ങനെയാണെങ്കിലും, ആർദ്രത എപ്പോഴും നമ്മുടെ മുഖത്ത് തിളങ്ങുന്നു.

3. യുവത്വത്തിന്റെ പ്രകടനം:ചെറുപ്പമായിട്ടും പ്രായമായവരെപ്പോലെയാണ് പലർക്കും തോന്നുന്നത്. എന്നാൽ നരച്ച മുടിയുള്ളവരായിരിക്കുമ്പോൾ പോലും നാം ഒരു ദിവസം പോലും നോക്കാറില്ല, കാരണം നമ്മുടെ ലക്ഷ്യങ്ങളിൽ നിന്ന് പ്രചോദനം ഉൾക്കൊണ്ട് കഠിനാധ്വാനവും ഉത്സാഹവുമുള്ള ജീവിതം നയിക്കുന്നു. ഇത് ജപ്പാനെ ഏറ്റവും തിളക്കമുള്ളതാക്കുന്നു.

4. നിങ്ങളുടെ അഭിനിവേശത്തിൽ ഏർപ്പെടുക:ഒരാൾക്കും എല്ലാവർക്കും ജീവിതത്തിൽ ചില അഭ്യർത്ഥനകളുണ്ട്. അത് ആഹ്ലാദിക്കാനുള്ള ഒരു മാർഗമാണ്. ഞങ്ങളുടെ അലയടിക്കുന്നതും തിരക്കുള്ളതുമായ ഷെഡ്യൂളിൽ നിന്നുള്ള വിരസത ഒഴിവാക്കാൻ ഇത് സഹായിക്കുന്നു. ഈ ഭീമാകാരമായ ലോകത്ത്, ഓരോരുത്തർക്കും അവരവരുടെ സ്വഭാവവും വളച്ചൊടിക്കലും ഉണ്ട്. അവരുടെ ഹോബി ഹോബിയും അന്വേഷണങ്ങളും വ്യത്യസ്തമാണ്. ഇതിന്റെ കയ്യിൽ, ചിലർ മിഠായി

പുരട്ടിയ വസ്തുക്കളാണ് ഇഷ്ടപ്പെടുന്നത്, മറ്റുള്ളവർ പുളിച്ച ഭക്ഷണം കഴിക്കാൻ ഇഷ്ടപ്പെടുന്നു. ജാപ്പനീസ് നിഘണ്ടുവിൽ സ്ഥാനത്യാഗം എന്നതിന് ഒരു വാക്കും ഇല്ലാത്തതിനാൽ, ഞങ്ങളുടെ പ്രിയപ്പെട്ട ജോലി ചെയ്യുന്നത് തുടരാൻ ഞങ്ങൾ തിരഞ്ഞെടുക്കുന്നു, ഒപ്പം ഞങ്ങളുടെ എക്സ്റ്റാറ്റിക് അവസ്ഥ അതിജീവിക്കാൻ ഞങ്ങളെ സഹായിക്കുന്നു.

ഭക്ഷണ സംസ്കാരം, ജീവിതശൈലി, നാടൻ വഴികൾ

ഞങ്ങൾ, ജാപ്പനീസ്, ഫിറ്റ്നസ് ഫ്രീക്കിൽ പ്രമുഖരാണ്, ഞങ്ങളുടെ ജീവിതശൈലി കാരണം ഞങ്ങൾ പ്രമുഖരാണ്. നമ്മുടെ ഫിറ്റ്നസ് എന്നത് ക്ലോസറ്റിലെ അസ്ഥികൂടമാണ്, അത് മിക്കവാറും ലോകം തന്നെ മനസ്സിലാക്കാൻ ആഗ്രഹിക്കുന്നു. നമ്മൾ ഭക്ഷണക്രമത്തിലും ഫിറ്റ്നസ് ഭ്രാന്തന്മാരാണെന്നും എല്ലാവർക്കും അറിയാം. നമ്മുടെ ആരോഗ്യകരമായ ഉപഭോഗം നിമിത്തം, ഞങ്ങൾ വളരെക്കാലം നല്ല ആരോഗ്യം നിലനിർത്തുന്നു. ഇക്കിഗായിയുടെ പാത ഞങ്ങൾ അംഗീകരിക്കുന്നതിനാൽ ഞങ്ങൾ സജീവമായി തുടരുന്നു.

1. അപ്പവും വെള്ളവും കഴിക്കുന്നത്:

പരമ്പരാഗതമായി, ഞങ്ങൾ ഒരു ദിവസം മൂന്ന് തവണ കഴിക്കുന്നു. എന്നിരുന്നാലും, നമ്മുടെ ജോലിക്ക് ഇടമുണ്ടാക്കാൻ ഞങ്ങൾ ഇഷ്ടപ്പെടുന്നതിനാൽ, നമ്മുടെ ഭക്ഷണ സമയം കുറവാണ്. സാരമായി, നമ്മുടെ ജോലിയെക്കുറിച്ച് മനസ്സാക്ഷിയുള്ളതിനാൽ പ്രഭാതഭക്ഷണത്തിനായി ഞങ്ങൾ കടിക്കാറില്ല. പരമ്പരാഗതമായി, ഞങ്ങളുടെ അനുയോജ്യമായ മഞ്ച് 12-ന് ആരംഭിക്കുന്നു. വലുതും ചെറുതുമായ മഞ്ച് ഒരു മണിക്കൂറോളം ഒരു ത്രെഡ് സൂക്ഷിക്കുന്നു. മിക്കവാറും, ഞങ്ങൾ കുതിച്ചുകയറുന്നത് പ്രശംസനീയമാണ്. ചൈനീസ് ഫോർക്കുകൾ ഭക്ഷണത്തിനായി ഉപയോഗിക്കുന്നു. പൊതുവേ, ജാപ്പനീസ് ഭക്ഷണം വളരെ ഭാരം കുറഞ്ഞതാണ്.

2. ചായ കുടിക്കുന്നതിന്റെ നൈതികത:

ജപ്പാൻ അതിന്റെ പ്രിയപ്പെട്ട പാനീയങ്ങളിലൊന്നായ ചായയ്ക്ക് പേരുകേട്ടതാണ്. ഇവിടെ പലതരം ചായകളുണ്ട് ഇടയ്ക്കിടെ ദഹിപ്പിച്ചു. ജപ്പാൻ 100-ലധികം തരം ചായകൾ പുറപ്പെടുവിക്കുന്നു. സാധാരണക്കാർ ചെറി-പിക്ക് ഗ്രീൻ ടീ. ഞങ്ങളുടെ ചായയിൽ പഞ്ചസാരയും പാലും ചേർക്കാത്തതിനാൽ ഇന്ത്യൻ ചായയേക്കാൾ വളരെ നല്ലതാണ് ഞങ്ങളുടേത്. കോ-മോർബിഡിറ്റിയുടെ അവസ്ഥയിൽ പോലും, ചായ ഒരു രോഗശാന്തിയായി സേവനത്തിൽ ഉൾപ്പെടുത്തിയിട്ടുണ്ട്. ഓരോ ചായയും ഉത്പാദിപ്പിക്കുന്നതിനും കഴിക്കുന്നതിനുമുള്ള സമീപനം വ്യത്യസ്തമാണ്. കൂടാതെ, ഏകദേശം ഉണ്ട്. ഗ്രീൻ ടീയുടെ 28 കുടുംബങ്ങൾ ഇവിടെ ഉപയോഗിക്കുന്നു. അസ്ഥി, മുടി, ചർമ്മം എന്നിവയുടെ വഴിയിലെ ഏത് കുരുക്കിനെയും പ്രത്യേകതരം ചായ തടയുന്നു. അതോടൊപ്പം, ചായയിൽ ആന്റിഓക്സിഡന്റുകളാൽ സമ്പുഷ്ടമാണ്, അതിനാൽ ഇത് ശരീരത്തെ പ്രസന്നമായ

നിലനിർത്തുന്നു, ഇത് ക്ഷീണിച്ചാലും ജോലി ചെയ്യാൻ നമ്മെ സഹിക്കുന്നു.

3. സ്ട്രോളിംഗ്: ജാപ്പനീസ് ശ്രേഷ്ഠമായി ഓടാൻ ഇഷ്ടപ്പെടുന്നു. ഇത് നമ്മുടെ ജീവിതശൈലിയുടെ മൂലക്കല്ലാണ്. എന്നിരുന്നാലും, നവീനതകൾ കാരണം ജപ്പാനിൽ ധാരാളം കാര്യങ്ങൾ ഉണ്ട്, എന്നിരുന്നാലും ഞങ്ങളുടെ സ്വകാര്യ വാഹനങ്ങൾക്ക് പകരം പൊതുഗതാഗതത്തിൽ യാത്ര ചെയ്യാൻ ഞങ്ങൾ ആഗ്രഹിക്കുന്നു. അടിസ്ഥാനപരമായി, തീവണ്ടിയിലോ ബസിലോ കയറുന്നതിന് മുമ്പ് കാൽനടയായി മീറ്ററുകൾ സഞ്ചരിക്കേണ്ടതിനാൽ, ഇതുവഴി ഞങ്ങൾ ആത്മാർത്ഥതയും ഹൃദയവും നിലനിർത്തുന്നുവെന്ന് ഞങ്ങൾ അനുമാനിക്കുന്നു. യാത്ര ചെയ്യുമ്പോൾ ഇടയ്ക്കിടെ നിൽക്കേണ്ടി വരും. ഇത് ദഹനത്തെ സുഗമമാക്കുന്നു, ശരീരഭാരവും കുറയുന്നു.

4. ശുചിത്വം: ജപ്പാനിൽ, ഞങ്ങൾ വൃത്തിയെ ശ്രദ്ധിക്കുന്നു. എർഗോ, അണുവിമുക്തമാക്കിയ രാജ്യങ്ങളിലൊന്നാണ് ജപ്പാൻ. മറ്റ് രാജ്യങ്ങളിലേക്ക് വിളിക്കുമ്പോൾ, ഞങ്ങൾ അവിടെയും ശുചിത്വം നിരീക്ഷിക്കുന്നു. സാനിറ്റൈസേഷൻ എല്ലാവരേയും രോഗങ്ങളിൽ നിന്ന് സംരക്ഷിക്കുകയും മനസ്സിൽ ശാന്തത നിലനിർത്താൻ സഹായിക്കുകയും ചെയ്യുന്നുവെന്ന് ഞങ്ങൾക്ക് വിശ്വാസ്യതയുണ്ട്. അതിനാൽ, ശുചിത്വം പാലിച്ചാൽ നിസ്സാര രോഗങ്ങളിൽ നിന്ന് ഒരാൾക്ക് അഭയം പ്രാപിക്കാം.

5. ചടുലമായ ജീവിതം നയിക്കുന്നു: ചിലപ്പോൾ നമ്മുടെ ജീവിതത്തിൽ, നമ്മൾ ആഗ്രഹിക്കുന്നതുപോലെ കാര്യങ്ങൾ സംഭവിക്കില്ല. നമ്മുടെ സ്വപ്നങ്ങളുടെയും ആഗ്രഹങ്ങളുടെയും ഒരു ഭാഗം നിരാശരായി തുടരുന്നു. ഈ ഘട്ടത്തിൽ, നമ്മൾ ചെയ്യേണ്ടത് ലോകത്ത് നമ്മുടെ ഇഷ്ടത്തിനനുസരിച്ച് എല്ലാം സംഭവിക്കില്ലെന്ന് മനസ്സിലാക്കുക. ചില കാര്യങ്ങൾ ചോദ്യത്തിന് പുറത്താണ്. കൂടാതെ, അത്തരം അനിയന്ത്രിതമായ കാര്യങ്ങളെക്കുറിച്ച്

ചിന്തിക്കുന്നതിൽ അർത്ഥമില്ല. ജീവിതം ഉപേക്ഷിക്കുന്നതിന് പകരം, ജീവിതം സന്തോഷത്തോടെ ജീവിക്കുന്നതാണ് നല്ലത്. കർക്കശമായ ജീവിതം നയിക്കാത്തതിനാൽ ഞങ്ങൾ ചെറുപ്പമായി തുടരുന്നു.

6. **മൃദുവായ വ്യായാമം:** സൌമ്യമായ വ്യായാമങ്ങൾ, അതായത്, വ്യായാമങ്ങൾ, പ്രകൃതിദത്ത കൊലയാളി കോശങ്ങളെ ചലനാത്മകമായി നിലനിർത്തുന്നു, അതേസമയം ദീർഘനേരം നീണ്ടുനിൽക്കുന്ന കഠിനവും കഠിനവുമായ വ്യായാമങ്ങൾ നമ്മുടെ കഴിവിനെ കുറയ്ക്കുമെന്ന് ഞങ്ങളുടെ പഠനങ്ങളിൽ ബോധ്യപ്പെട്ടിട്ടുണ്ട്. പിരിമുറുക്കത്തിനും ആന്റിബോഡി കോശങ്ങൾക്കും ഉത്തരവാദികളായ ഹോർമോണുകളിലും ഈ മാറ്റിസ്ഥാപിക്കൽ ബാധകമാണ്. അങ്ങനെ, ഞങ്ങൾ ലഘുഭക്ഷണം കഴിക്കുകയും മൃദുവായ വ്യായാമങ്ങൾ നടത്തുകയും ചെയ്യുന്നു.

7. **ഗ്രൗണ്ട് ജോലിയിൽ:** ജാപ്പനീസ് തങ്ങളുടെ ഉഴുതുമറിച്ച നിലത്ത് അധ്വാനിക്കാൻ ഇഷ്ടപ്പെടുന്നു. ഈ വിധത്തിൽ, അവർ ഉത്സാഹഭരിതരും നല്ല ചങ്കുറപ്പുള്ളവരുമായി നിലകൊള്ളുന്നു.

8. **വെറും മദ്യം:** ഒരു ഹൈബോൾ ഗ്ലാസ് അക്വാ വിറ്റ കഴിക്കുന്നത് 178 കലോറിയാണ്. ഇത് രണ്ട് ചോക്ലേറ്റ് ബിസ്ക്കറ്റ് കഴിക്കുന്നതിന് തുല്യമാണ്. ഈ കലോറികൾ ജ്വലിപ്പിക്കാൻ, നിങ്ങൾ അര മണിക്കൂർ കുളമ്പടക്കണം. നിങ്ങൾ ഒരു ഡിപ്സോമാനിയാക് ആയിരിക്കുമ്പോൾ അല്ലെങ്കിൽ വളരെയധികം കുലുങ്ങുമ്പോൾ, നിങ്ങളുടെ ഭാരം വർദ്ധിക്കുന്നു. ഭക്ഷണത്തിൽ ചില പോഷകങ്ങൾ ഉണ്ട്, എന്നാൽ മദ്യത്തിൽ പോഷകങ്ങൾ ഇല്ല. ജാപ്പനീസ് കഷ്ടിച്ച് മദ്യം കഴിക്കുന്നു; അതുകൊണ്ട് അവർ തടിച്ച ശരീരം ഉള്ളവരല്ല

9. കുറച്ച് ഭക്ഷണം കഴിക്കുന്നത് നമ്മെ കൗമാരക്കാരാക്കി നിർത്തുന്നു: ജാപ്പനീസ് ജീവിതത്തിന്റെ നിർദ്ദേശം നമ്മുടെ പകുതി വയറ് നിറയ്ക്കാൻ കുറച്ച് ഭക്ഷണം കഴിക്കുക എന്നതാണ്. ധാരാളം ഭക്ഷണം കഴിക്കുന്നതിന്, നമ്മുടെ പ്രായത്തെ കുറയ്ക്കുന്ന, നാം കഴിച്ച കലോറികൾ ജ്വലിപ്പിക്കുന്നതിന് ഊർജം ആവശ്യമാണ്. കുറച്ച് ഭക്ഷണം കഴിക്കാൻ, ഇത് ചെറിയ പ്ലേറ്റുകളിൽ വിളമ്പുന്നു. ഇത് അത്യന്താപേക്ഷിതമാണ്, ഒരാൾ ഭക്ഷണമോ ലഘുഭക്ഷണങ്ങളോ മറ്റേതെങ്കിലും ഭക്ഷ്യവസ്തുക്കളോ കഴിക്കരുത്. അവർ ധാരാളം പച്ചക്കറികൾ കഴിക്കുന്നു.

ബൗണ്ടഡ് ഫൗണ്ടിൽ താമസിക്കുക

വിജയകരമായ ജീവിതത്തിലേക്കുള്ള സൂചന:ഏത് ജോലിയിലും വിജയിക്കണമെങ്കിൽ ഒരാൾ ഫിറ്റ്നസ് ഫ്രീക്ക് ആയിരിക്കണം. ഇക്കാരണത്താൽ, ഒരാൾ ദുർബലനായാൽ വിജയം നേടാനാവില്ല. ഒരാൾ കഴിവുള്ളവനാണെങ്കിൽ, അവന്റെ മനസ്സും സൂക്ഷ്മതയും അവന്റെ ജോലിയോടുള്ള ശുഷ്കാന്തിയും എപ്പോഴും മാതൃകാപരമാണ്. അങ്ങനെയെങ്കിൽ അയാൾക്ക് വിജയിക്കാം. ജപ്പാൻകാരായ ഞങ്ങൾക്കറിയാം, നമ്മുടെ രാജ്യത്ത് അതിരുകളില്ലാത്ത ജീവിതവിഭവങ്ങളുടെ ഒരു ശേഖരം ഉണ്ടെന്ന്, അതിനാൽ കാര്യങ്ങളുടെ സ്നിപ്പെറ്റുകൾ ഉപയോഗിക്കുമ്പോൾ ഞങ്ങൾ താമസിക്കാൻ കീഴടങ്ങി. പ്രായപൂർത്തിയാകാത്തവരായി പ്രത്യക്ഷപ്പെടാൻ ഇത് അവരെ സഹായിക്കുന്നു.

1. മറ്റൊരാൾക്ക് വേണ്ടി സ്വയം മാറ്റിവെക്കൽ:പരസ്പരം സഹായിക്കുന്നത് തികച്ചും പ്രശംസനീയമാണ്. ദയയുടെ പോസിറ്റീവ് വശങ്ങൾ നമുക്ക് വേണ്ടത്ര ഊന്നിപ്പറയാനാവില്ല. ആവശ്യമുള്ള സമയത്ത് ആളുകൾ ഓർക്കുന്ന ഒരു വ്യക്തിയായി മാറാൻ നാമെല്ലാവരും ശ്രമിക്കണം. പരസ്പരം സഹായിക്കുന്നതും ഇക്കിഗായിയുടെ ഒരു രൂപമാണെന്ന് ഞങ്ങൾ വിശ്വസിക്കുന്നു. പരസ്പരം

സഹായിക്കുന്നത് നമ്മുടെ സംസ്കാരവുമായി ബന്ധപ്പെട്ടതാണ്. തൽഫലമായി, ആളുകൾ കൂടുതൽ കാലം സഹിക്കുന്നു.

2. **മണിക്കൂറുകളുടെ വിഹിതം:** നിങ്ങളുടെ സമയം നിക്ഷേപിക്കുന്നത് നിങ്ങളുടെ ക്ഷേമത്തെക്കുറിച്ചാണ്. സമയത്തിന്റെ വിനിയോഗവും അതിന്റെ മുൻകൂർ തീരുമാനവും കാറ്റുവീശാൻ ഉത്തേജിപ്പിക്കുന്നു. നമ്മുടെ സമയം എങ്ങനെ വിനിയോഗിക്കുന്നു എന്നതിലെ നേരിട്ടുള്ള മാറ്റങ്ങൾ അനാവരണം ചെയ്യുന്ന ജോലിയുടെ പ്രചാരം നാം ഉയർത്തിക്കാട്ടണം. പ്രധാനപ്പെട്ട ജോലികളിലോ നിങ്ങളുടെ ലക്ഷ്യം നേടുന്നതിന് സഹായകമായ പ്രവൃത്തികളിലോ നിങ്ങളുടെ സമയം ചെലവഴിക്കുക എന്നതാണ് ടൈം മാനേജ്മെന്റിന്റെ പ്രധാന നിയമം. ജാപ്പനീസ് അവരുടെ സമയ മാനേജ്മെന്റ് വളരെ നന്നായി ചെയ്യുന്നു, അതിനാൽ അവരുടെ ജീവിതം സന്തോഷകരമാണ്, അവർ ചെറുപ്പമായി തുടരുന്നു.

ഒരാളുടെ സ്ഥാപനവുമായുള്ള ഇഫക്റ്റിവിറ്റി

സഖ്യങ്ങൾക്ക് പ്രായോഗികമായ ലേഔട്ട് ഇല്ല. പരീക്ഷണങ്ങൾ ഉണ്ടെങ്കിലും, ഏതെങ്കിലും തരത്തിലുള്ള

ബന്ധങ്ങളെ കുറിച്ച് വിശദീകരിക്കുന്നത് അസാധ്യമാണ്. കാര്യങ്ങൾ പരസ്പരം ബന്ധപ്പെട്ടിരിക്കുന്നുവെന്ന് ഇത് പ്രതിഫലിപ്പിക്കുന്നില്ല. ബന്ധങ്ങളുടെ നിർവചനം മനസ്സിലാക്കാൻ കഴിയാത്ത ഒന്നാണ്, എന്നാൽ യാഥാർത്ഥ്യം വാക്കുകളിൽ പ്രകടിപ്പിക്കാൻ കഴിയാത്ത ജീവിത വിജയത്തിന്റെ വലിയ തോതിലാണ് ബന്ധങ്ങൾ. ചില ബന്ധങ്ങൾ ഒരാളുടെ ജീവിതത്തിൽ പുനർനിർമ്മാണത്തിന് ഉത്തരവാദികളാണ്. എന്നിരുന്നാലും, അറ്റാച്ച് ചെയ്തതിൽ പശ്ചാത്തപിച്ചേക്കാവുന്ന ചുരുക്കം ചിലരുണ്ട്. അത്തരത്തിലുള്ള ഏതെങ്കിലും ബന്ധങ്ങളുടെ സ്മിഡ്ജ് നിലനിൽക്കുന്നതായി തോന്നുന്നു. നമ്മുടെ സന്തോഷത്തിന്റെ രഹസ്യം ജീവിതത്തോടുള്ള അടുപ്പമാണ്.

1. **ബബ്ലി പെരുമാറ്റം:** ഒരു എയോണിയൻ ജീവിതത്തിലേക്കുള്ള പ്രധാന ചുവടുവെപ്പ് ഏത് ശത്രുതയോടും വിട പറയുക എന്നതാണ്. ഇക്കിഗായി പറയുന്നതനുസരിച്ച്, ഒരാളുടെ സമയക്രമത്തിൽ എല്ലാവരുമായും സൗഹാർദ്ദപരമായിരിക്കണം. അതിനാൽ, ഞങ്ങൾ സൗഹാർദ്ദപരമായി തുടരുന്നു, ഇത് ജാപ്പനീസ് ജനതയെ കൂടുതൽ കാലം സഹിച്ചുനിൽക്കാൻ സഹായിക്കുന്നു.

2. **ഒരു യുക്തിക്ക് വേണ്ടി മറക്കുക:** സഹകരണം

ഒരു വ്യക്തിയുടെ ജന്മ ആവശ്യമാണ്. ഒരു വ്യക്തിയുടെ നിലനിൽപ്പ്, ബിൽഡ്ഔട്ട്, പ്രവർത്തനക്ഷമത എന്നിവയെല്ലാം സഹകരണത്തെ ആശ്രയിച്ചിരിക്കുന്നു. ഫാമിഷ് ഒരു വ്യക്തിയുടെ അനിവാര്യതയായി പ്രവർത്തിക്കുന്നു. അവരുടെ സംതൃപ്തിക്കായി, അവർ വ്യത്യസ്ത ആളുകളിലേക്ക് എത്തിച്ചേരുന്നു, അത് ഒരു പോസ്റ്റുലേറ്റായി മാറിയിരിക്കുന്നു. അതിനനുസരിച്ച്, അവർക്ക് മറ്റ് പല കാര്യങ്ങളും ആവശ്യമാണ്, അതിന് മറ്റുള്ളവരുടെ സഹകരണം ആവശ്യമാണ്. തൽഫലമായി, ജപ്പാനീസ് ഒരു സഹകരണ ജീവിത വ്യവസ്ഥയും സഹവാസവും സ്ഥിരീകരിക്കുന്നു.

3. ക്ഷേമ പ്രവർത്തനങ്ങൾ: സഹകരണം ഒരു വ്യക്തിക്ക് ഒരു മുൻവ്യവസ്ഥയായി പ്രവർത്തിക്കുന്നു. ഒരു വ്യക്തിയുടെ അസ്തിത്വം, ബിൽഡ്ഔട്ട്, പ്രവർത്തനക്ഷമത എന്നിവയെല്ലാം സഹകരണത്തിന്റെ ഘടകമാണ്. ഫാമിഷ് ഒരു വ്യക്തിയുടെ അനിവാര്യതയായി പ്രവർത്തിക്കുന്നു. അവരുടെ സംതൃപ്തിക്കായി,അവർ വ്യത്യസ്ത ആളുകളിലേക്ക് എത്തിച്ചേരുന്നു, അത് ഒരു പോസ്റ്റുലേറ്റായി മാറിയിരിക്കുന്നു. അതിനനുസരിച്ച്, അവർക്ക് മറ്റ് പല കാര്യങ്ങളും ആവശ്യമാണ്, അതിന് മറ്റുള്ളവരുടെ സഹകരണം ആവശ്യമാണ്. തൽഫലമായി, ജപ്പാനീസ് ഒരു സഹകരണ ജീവിത വ്യവസ്ഥയും സഹവാസവും സ്ഥിരീകരിക്കുന്നു. നമ്മുടെ ജീവിതശൈലി നമ്മുടെ ക്ഷേമ പ്രവർത്തനങ്ങളുമായി അടുത്ത ബന്ധപ്പെട്ടിരിക്കുന്നു. ഇത് നമ്മെ ആഹ്ലാദഭരിതരാക്കുകയും കൂടുതൽ കാലം സഹിക്കുകയും ചെയ്യുന്നു.

4. ശത്രുതയിൽ ഒന്നിക്കാൻ: തീർച്ചയായും, ജീവിതം ശാശ്വതമാണ്, സമയം കാപ്രിസിയസ് ആണ്. അതിനാൽ, നമ്മൾ എപ്പോഴും തലത്തിൽ നിലകൊള്ളണം. ജീവിതത്തിന്റെ പ്രതികൂല സമയങ്ങളെ നാം ക്ഷമയോടെ വിചിന്തനം ചെയ്യുകയും നേരിടുകയും വേണം. ജീവിതത്തിലെ പ്രതികൂല സാഹചര്യങ്ങളെ ഐക്യത്തോടെ നേരിടാൻ ഞങ്ങൾ വിശ്വസിക്കുന്നു. ഇക്കിഗൈ എന്ന ആശയത്തിൽ നിന്ന് അനുരൂപപ്പെടുത്തിയ ഞങ്ങളുടെ നോൺപാരെയിലും സുപ്രധാനമായ ലൊക്കേഷനും ഇതാണ്.

5. പരസ്പരം സഹായിക്കാൻ: നമ്മുടെ ജീവിത ഉദ്ദേശം മറ്റുള്ളവരെ ശാരീരികമായും ബൗദ്ധികമായും സാധ്യമായ എല്ലാ വഴികളിലും ഉയർത്തുക എന്നതാണ്. മറ്റുള്ളവരെ ഉത്തേജിപ്പിക്കുന്ന ആളുകൾ ഒരാളുടെ മനസ്സിലെ പിരിമുറുക്കം ലഘൂകരിക്കുന്നതായി നിരീക്ഷിക്കപ്പെടുന്നു. അവർ

മാനസിക സമാധാനവും സംതൃപ്തിയും തിരിച്ചറിയുന്നു. അവർക്ക് ആത്മീയത അവരോട് ചേർന്നുനിൽക്കുന്നു, അവരുടെ ജീവിതം തൃപ്തികരമാണ്. അതേസമയം, വിഷ്ലിത്തത്തിലും ഒത്തുചേരലിലും ഏർപ്പെട്ടിരിക്കുന്ന ആളുകൾ എല്ലായ്പ്പോഴും നിരാശരാണ്. ജപ്പാൻകാർ എപ്പോഴും മറ്റുള്ളവരെ സഹായിക്കാൻ തയ്യാറാണ്. ഇത് ഉന്മേഷദായകവും ചലനാത്മകവുമായ അന്തരീക്ഷം സൃഷ്ടിക്കുന്നു. അത് ഒരു നീണ്ട ജീവിതത്തിന്റെ രഹസ്യമായിരിക്കാം.

6. പ്രതിമാസ എൻഡോവ്മെന്റ് ശേഖരിക്കുക: പരസ്പരം സഹായിക്കുന്നത് വളരെ നല്ല ഗുണമാണ്. ദയയുടെ പോസിറ്റീവ് വശങ്ങളെക്കുറിച്ച് നമുക്ക് വേണ്ടത്ര പറയാൻ കഴിയില്ല. ആളുകൾ അവരുടെ ആവശ്യമുള്ള സമയത്ത് ഓർക്കുന്ന അത്തരമൊരു വ്യക്തിയാകാൻ നാമെല്ലാവരും ശ്രമിക്കുന്നു. കമ്മ്യൂണിറ്റി സംഭാവനകൾ ശേഖരിച്ച് ജാപ്പനീസ് കമ്മ്യൂണിറ്റി വിരുന്നുകളും ഗെയിമുകളും മറ്റ് പ്രവർത്തനങ്ങളും സംഘടിപ്പിക്കുന്നു. അത് നമ്മുടെ ജീവിതത്തിന് സമൃദ്ധിയുടെ ഗുണമേന്മ കൊണ്ടുവരുന്നു. "ഒറ്റയ്ക്ക്, നമുക്ക് വളരെ കുറച്ച് മാത്രമേ ചെയ്യാൻ കഴിയൂ; ഒരുമിച്ച്, നമുക്ക് വളരെയധികം ചെയ്യാൻ കഴിയും.

7. സമാധാനത്തോടെയുള്ള ജീവിതം: ആധുനിക കാലത്ത്, ടെൻസിറ്റി ഇല്ലാത്ത ഒരു ജീവിതം എന്നത് ഏതാണ്ട് പ്രശ്നമല്ല. ഓരോ ദിവസവും അതിന് അതിന്റേതായ തടസ്സങ്ങളുണ്ട്. ഒരാൾ ദരിദ്രനായാലും, ഇടത്തരക്കാരനായാലും, പണക്കാരനായാലും, അതിസമ്പന്നനായാലും, എല്ലാവരും ഏതെങ്കിലും വിധത്തിലല്ലെങ്കിൽ മറ്റൊരു വിധത്തിൽ അസ്വസ്ഥരാണ്. പിരിമുറുക്കങ്ങൾ ഒരാളുടെ ശരീരത്തെ പൊള്ളയാക്കുന്നു. ആളുകൾ അവരുടെ പ്രശ്നങ്ങൾ വിളിക്കുന്ന രീതി പിരിമുറുക്കം സൃഷ്ടിക്കുന്നു. സമ്മർദ്ദം ഇപ്പോൾ ഒരാളുടെ ജീവിതത്തിന്റെ അവിഭാജ്യ ഘടകമാണ്.

ഞങ്ങളുടെ കമ്മ്യൂണിറ്റിയിൽ പങ്കിടുന്നതിലൂടെ ഞങ്ങൾ ഞങ്ങളുടെ സമ്മർദ്ദം ഇല്ലാതാക്കുന്നു. നിങ്ങൾക്ക് സമ്മർദ്ദം ഇല്ലെങ്കിൽ, ആയുർദൈർഘ്യം വർദ്ധിക്കും. ഇതാണ് ഇക്കിഗൈയുടെ നിയമം.

❐

അധ്യായം II

വെളിപ്പെടുത്താത്ത കഥ ചെറുപ്പമായി തുടരുന്നു

നിങ്ങൾ ലക്ഷ്യബോധമുള്ള ആളാണെങ്കിൽ; അല്ലാത്തവരെ അപേക്ഷിച്ച് നിങ്ങൾ കൂടുതൽ സ്ഥിരത പുലർത്തുന്നു. ദൈർഘ്യമേറിയ സ്ഥിരോത്സാഹം ഒരു രഹസ്യമല്ല. ഒരു കൂട്ടം പ്രതിബദ്ധതകളും ചില അദ്വിതീയ കാര്യങ്ങളെ വിലമതിച്ചും ഒരാളുടെ ലൈഫ്ലൈൻ വിപുലീകരിക്കാൻ കഴിയും. ഏത് പ്രായത്തിലാണ് ഒരാൾ തന്റെ ജീവിത ലക്ഷ്യങ്ങൾ ഏറ്റെടുക്കുന്നത് എന്നത് ബുദ്ധിമുട്ടിക്കുന്നില്ല. മറ്റേതൊരു അദ്ധ്വാനത്തേക്കാളും പ്രാധാന്യമുള്ളതാണ് ശരീര വ്യായാമങ്ങൾ. മറുവശത്ത്, ഡോട്ടേജ് സമയത്ത്, ആളുകൾ പലപ്പോഴും അവരുടെ ശാരീരിക പ്രവർത്തനങ്ങൾ കുറയ്ക്കുകയും ഉദാസീനമായ ജീവിതത്തിലേക്ക് മാറുകയും ചെയ്യുന്നു. ഇത് ആളുകൾ രോഗബാധിതരാകുന്നതിന് കാരണമാകുന്നു. പ്രായം എന്തുമാകട്ടെ, ഒരു വ്യക്തിക്ക് കരുത്തും ഉത്സാഹവും ഉത്സാഹവുമുള്ളവനാകാൻ വ്യായാമങ്ങൾ പ്രധാനമാണ്.

ശരീരത്തിലും മനസ്സിലും ചെറുപ്പമായിരിക്കുക

നരയെന്നത് പരിഹരിക്കാവുന്ന ഒരു രോഗമല്ല. നാം ഉജ്ജ്വലമായി കാണണം; എന്നിരുന്നാലും, നമുക്ക് ക്ലോക്ക് തിരികെ മാറ്റാൻ കഴിയുമെന്ന് ഇതിനർത്ഥമില്ല. നാം നമ്മുടെ ജീനുകളുടെ ഉൽപ്പന്നമാണ്. നമ്മുടെ ശരീരത്തെ നാം ആദ്യം നോക്കുന്ന രീതി, അതിനനുസരിച്ച് മാറുന്നു. നിങ്ങളുടെ ജീവിതശൈലിയിലെ മാറ്റങ്ങളെ വിവേകത്തോടെ സ്വീകരിക്കുക. സന്തോഷത്തോടെയും കൃപയോടെയും തുടരുക. ഏതെങ്കിലും പ്രത്യേക കാലഘട്ടത്തിലോ പ്രായത്തിലോ എന്തിനെക്കുറിച്ചോ

പിറുപിറുക്കുന്നതിനുപകരം, ക്ഷമിക്കാനും പുഞ്ചിരിക്കുന്ന മുഖം കാണാനും പഠിക്കുക. ഒരാളുടെ മനസ്സും ശരീരവും ചെറുപ്പമായി നിലനിർത്തുക എന്നതാണ് അടിസ്ഥാന വശം. എല്ലാവർക്കും സുഖജീവിതം വേണം. അവർ ശാരീരികമായും ബൗദ്ധികമായും ആരോഗ്യമുള്ളവരാണെങ്കിൽ ഏത് അവസരത്തിലും ഇത് സാധ്യമാകും.

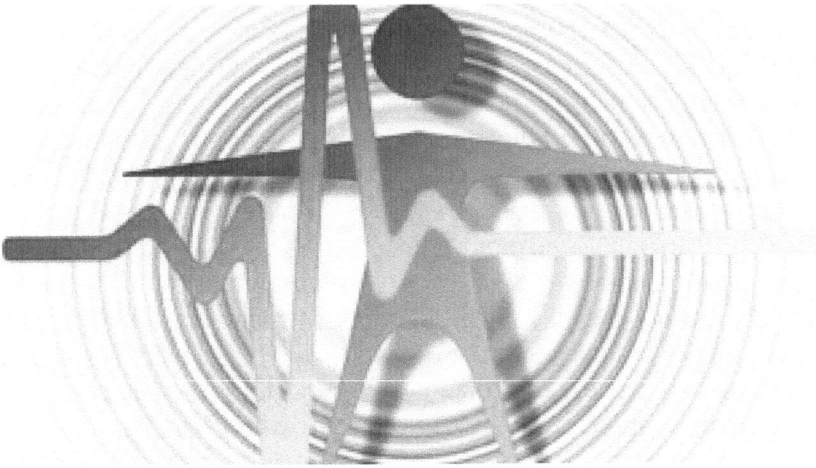

ശാരീരിക ക്ഷേമം എന്ന നിലയിൽ ബൗദ്ധിക ക്ഷേമം പരമപ്രധാനമാണ്. നിലവിലെ സാഹചര്യത്തിൽ, ഇത്തരം പല പ്രശ്നങ്ങളും ആളുകളുടെ മാനസികാരോഗ്യത്തെ നേരിട്ട് ബാധിക്കുന്നു. എന്നാൽ മാനസികാരോഗ്യം നിലനിർത്താൻ സഹായിക്കുന്ന ചില വ്യായാമങ്ങൾ ചെയ്യാവുന്നതാണ്. ഒരു വ്യക്തി മാനസികമായി ശാന്തനായിരിക്കുമ്പോൾ മാത്രമേ ശാരീരികമായി ആരോഗ്യമുള്ളതായി അനുഭവപ്പെടുകയുള്ളൂ എന്ന് ഞാൻ പങ്കുവെക്കട്ടെ. അതിനാൽ, ഏതൊരു വ്യക്തിക്കും, മാനസികമായി ആരോഗ്യവാനായിരിക്കേണ്ടത് വളരെ പ്രധാനമാണ്, അതിലൂടെ അവൻ തന്റെ ജീവിതകാലം മുഴുവൻ ചെലവഴിക്കുന്നു.

എന്താണ് യൂനോയ?

മനുഷ്യർ മാനസികമായി ശക്തരല്ലാത്തപ്പോൾ കാര്യങ്ങളെക്കുറിച്ചുള്ള അവരുടെ ഉൾക്കാഴ്ച ഉപേക്ഷിക്കുന്നു. അവ അമൂർത്തമായി നിലകൊള്ളുന്നു. ഈ ബോൾഗെയിമിൽ, തുടക്കത്തിൽ, ഡിപോർട്ട്മെന്റിൽ മാറ്റങ്ങൾ കാണാൻ കഴിയും, അത് അവരുടെ ക്ഷേമത്തെ അപര്യാപ്തമായി പിടിക്കുന്നു. അവരുടെ വിശപ്പ് ക്രമേണ കുറയുകയും അവർ ബുദ്ധിമുട്ടുകയും ചെയ്യാം. ഇത് അവരെ അസ്വസ്ഥരാക്കുന്നു. ഉയർന്ന രക്തസമ്മർദ്ദം അല്ലെങ്കിൽ പ്രമേഹം പോലുള്ള വിട്ടുമാറാത്ത രോഗങ്ങളെ അവർക്ക് സഹിക്കാൻ കഴിയും. അതിനാൽ, ശാരീരികമായി ശക്തരായിരിക്കാൻ മാനസികാരോഗ്യത്തിനായി വർക്കൗട്ടുകളും യോഗയും ചെയ്യേണ്ടത് അത്യാവശ്യമാണ്.

1. **ബൗദ്ധിക പരിശീലനങ്ങൾ:** എല്ലാ ദിവസവും രാവിലെ നിങ്ങൾ ഉണരുമ്പോൾ, നിങ്ങളുടെ ആരോഗ്യസ്ഥിതി നിങ്ങളെ നിർണ്ണയിക്കുന്നു ദിനചര്യ. ഏതൊരു ശാരീരിക രോഗവും നമ്മുടെ ഉത്സാഹത്തെ നിർവീര്യമാക്കുകയും നിങ്ങളുടെ ദൈനംദിന പ്രവർത്തനങ്ങളുടെ ക്വോട്ടിയൻ രീതിയിൽ തടസ്സം സൃഷ്ടിക്കുകയും ചെയ്യുന്നു. യോഗ പരിശീലിക്കുന്ന കല ഒരു വ്യക്തിയുടെ മനസ്സിനെയും ശരീരത്തെയും ആത്മാവിനെയും നിയന്ത്രിക്കാൻ സഹായിക്കുന്നു. മൊത്തത്തിൽ, ശാരീരിക വ്യായാമം മൊത്തത്തിലുള്ള ആരോഗ്യത്തിന്റെ സമ്പൂർണ്ണ ലക്ഷ്യത്തിലേക്ക് മുന്നേറുന്നുവെന്ന് ഒരാൾ തിരിച്ചറിയേണ്ടതുണ്ട്. ഒരാളുടെ ബൗദ്ധിക ക്ഷേമം ഒരുപോലെ നിർണായകമാണ്. ദൈനംദിന പ്രവർത്തനങ്ങളിൽ ഒരാളുടെ ബുദ്ധി ഒരു പ്രധാന പങ്ക് വഹിക്കുന്നു. ഒരാളുടെ റിജോയ്ൻഡർ വ്യാപ്തി, ഭയപ്പെടുത്തുന്ന വ്യാപ്തി, വികാരാധീനമായ അഭിരുചി, സാധാരണ ജോലി എന്നിവ ഒരാളുടെ മസ്തിഷ്കവുമായി ബന്ധപ്പെട്ടിരിക്കുന്നു. പ്രാഥമികമായി, ഇത് മറ്റ് ശരീരഭാഗങ്ങളുടേതിന് സമാനമായ ഒരു നിഗൂഢതയാണ്; മസ്തിഷ്കം

പോലും ദിവസം മുഴുവൻ ഊർജവും ഉപജീവനവും ആവശ്യപ്പെടുന്നു. ഒരാളുടെ ശരീരഘടന നിലനിർത്തുന്നതിന് ശാരീരിക വ്യായാമങ്ങൾ നിർണായകമായത് പോലെ, ബൗദ്ധിക വ്യായാമങ്ങളും ക്ഷേമത്തിന് ഒരുപോലെ പ്രധാനമാണ്.

2. കമ്മ്യൂണിറ്റി സ്പോർട്സ്: സ്പോർട്സ് നമ്മുടെ ജീവിതത്തിന്റെ അവിഭാജ്യ ഘടകമാണ്. ശാരീരിക രൂപരേഖയ്ക്കും ക്ഷേമത്തിനും സ്പോർട്സ് അത്യന്താപേക്ഷിതമാണ്, ഒപ്പം നമ്മുടെ ബൗദ്ധിക ഉന്നമനത്തിനും സംയോജനം, ദിനചര്യ, വർഗീയത എന്നിവയുടെ ഇറക്കുമതി വികാരങ്ങൾ വിളിച്ചറിയിക്കുന്നതിനും സേവനത്തിലായിരിക്കുക.

3. വ്യക്തികൾക്കുള്ളിലെ സംഭാഷണം: നിങ്ങളുടെ മാനസികാരോഗ്യം സ്ഥിരത കൈവരിക്കാൻ നിങ്ങൾ ആഗ്രഹിക്കുന്നുവെങ്കിൽ, നിങ്ങളുടെ പിരിമുറുക്കങ്ങളോ പ്രശ്നങ്ങളോ മറ്റുള്ളവരിൽ നിന്ന് ഒഴിവാക്കരുത്. ഇതിന് പകരമായി, നിങ്ങളുടെ ചുറ്റുമുള്ള ആളുകളുമായി സംസാരിച്ച് പിരിമുറുക്കങ്ങളും പ്രശ്നങ്ങളും ഒഴിവാക്കണം. അതിനനുസരിച്ച്, നിങ്ങൾക്ക് ചടുലത

അനുഭവപ്പെടും. സാധ്യമെങ്കിൽ, നിങ്ങളുടെ വികാരങ്ങൾ, ഉത്കണ്ഠകൾ, പ്രശ്നങ്ങൾ എന്നിവയെക്കുറിച്ച് നിങ്ങളുടെ ഹൃദയത്തോട് അടുപ്പമുള്ള ആളുകളുമായി സംസാരിക്കുക, അതിനാൽ ഇത് നിങ്ങളുടെ ബൗദ്ധിക ക്ഷേമത്തെ തടസ്സപ്പെടുത്തരുത്.

4. **അന്വേഷണാത്മകത:** ഇത് മനുഷ്യരിലും മൃഗങ്ങളിലും കാണപ്പെടുന്നു. അന്വേഷണാത്മകതയാണ് ശാസ്ത്രീയ രീതിശാസ്ത്രത്തിലേക്ക് പ്രേരിപ്പിക്കുന്ന അടിസ്ഥാന കാരണം. എല്ലാവരാലും തിരിച്ചറിയപ്പെടാത്ത ഇത്തരം കാര്യങ്ങൾ കെട്ടിച്ചമയ്ക്കാനുള്ള കാഴ്ചപ്പാടാണ് അന്വേഷണാത്മകത. ഒന്നാമതായി, ആളുകളെ ബുദ്ധിമുട്ടിക്കാത്തതോ അവർക്ക് വ്യർഥമായതോ ആയ കാര്യങ്ങളിലേക്ക് അത് ചുരുങ്ങുന്നു. കൂടുതൽ ജിജ്ഞാസയുള്ള ആളുകൾ കൂടുതൽ സഹിക്കുന്നു.

5. **ബൗദ്ധിക വൈദഗ്ധ്യം:** എന്തായാലും, ബൗദ്ധിക നൈപുണ്യവും വിശകലനവും ആളുകളുടെ മാനസിക ആരോഗ്യത്തെ ജാഗ്രതയോടെയും ലക്ഷ്യബോധത്തോടെയും പിടിക്കുന്നു. ഏത് സാഹചര്യത്തിലും ഇത് ചെയ്യാൻ കഴിയും; പ്രത്യേകിച്ച്: ക്ലാസ്, സ്പോർട്സ് ഫീൽഡ്, കോംപ്ലക്സുകൾ അല്ലെങ്കിൽ പൊതു സ്ഥലങ്ങൾ, നിങ്ങൾക്ക് ഇത് ഒരു നദിയുടെയോ പർവതത്തിന്റെയോ സമീപം, വിനോദസഞ്ചാര കേന്ദ്രങ്ങൾ മുതലായവയ്ക്ക് സമീപം പോലും ചെയ്യാം.

6. **പ്രവർത്തന രീതിശാസ്ത്രത്തിൽ സ്വാപ്പിംഗ്:** ഒരാളുടെ വ്യക്തിത്വത്തിനപ്പുറം, അശ്രദ്ധമായ ജീവിതത്തിന്റെ രഹസ്യം ഒരാളുടെ പ്രവർത്തന രീതിശാസ്ത്രത്തിലും മനോഭാവത്തിലും പരസ്പരം ശുഭാപ്തിവിശ്വാസത്തിലുമാണ്. മാറ്റമില്ലാത്ത ശൈലി, സ്ഥിരമായ മനോഭാവം, നിരന്തരമായ വീക്ഷണം, ഒരാളുടെ ജീവിതത്തെ

പൂവണിയാൻ കഴിയാത്തവിധം ജീവിതം ഏകതാനമായിരിക്കാം. ഈ ജീവിതശൈലി മടുപ്പുളവാക്കുന്നു, കാരണം അതിൽ പുതിയതായി തീപ്പൊരി ഒന്നും ഇല്ല. ആവേശമോ വിജയമോ അതിനൊരു പരിഹാരമോ ഇല്ല. ഇക്കാര്യത്തിൽ, ഒരു ജീവനുള്ള സ്പെൽബൈബെൻഡ് ഉണ്ടാക്കാൻ, ഒരാളുടെ രീതികളും സമീപനവും സ്വയം മാറേണ്ടതുണ്ട്.

7. ശുഭാപ്തിവിശ്വാസ മണ്ഡലം: പരിസ്ഥിതി ചിലപ്പോൾ പ്രശംസനീയവും ചിലപ്പോൾ മൂല്യത്തകർച്ചയുമാണ്. ജീവിതത്തിന് അതിന്റേതായ ചാഞ്ചാട്ടങ്ങളുണ്ട്. എല്ലാവരും ചില സമയങ്ങളിൽ ഇരകളായിരിക്കാം. അതിനാൽ, അത്തരം സാഹചര്യങ്ങളിൽ നിരാശപ്പെടേണ്ട ആവശ്യമില്ല. അത് ഒരാളുടെ കുതികാൽ എടുക്കുന്നതിനുപകരം, ജീവിതം നമുക്ക് നേരെ എറിയുന്ന വെല്ലുവിളികളെ നേരിടണം. കൂട്ടിച്ചേർക്കാൻ, പ്രതികൂല സാഹചര്യങ്ങൾ ഉണ്ടാകുമ്പോൾ സ്വയം നിരാശപ്പെടരുത്, കാരണം സാഹചര്യം വളരെ ലളിതമാണ്. ലളിതമായി പറഞ്ഞാൽ, ഇത് സാധാരണമാണ്. ചിലപ്പോൾ നാം നമ്മെത്തന്നെ വളരെയധികം നിരാശരാക്കുകയും നിരാശപ്പെടുത്തുകയും ചെയ്യുന്നു. അതേസമയം, ജീവിതത്തിലെ എല്ലാ പ്രതികൂല സാഹചര്യങ്ങളോടും പോരാടാൻ നാം നമ്മെത്തന്നെ പ്രോത്സാഹിപ്പിക്കണം.

8. പഠിക്കാൻ കൊതിക്കുന്നു: പഠിക്കാൻ ഒരു യുഗമില്ല. അതൊരു വിട്ടുമാറാത്ത കാര്യമാണ്. ജീവിതത്തിന്റെ ശുഭാപ്തിവിശ്വാസവും തീക്ഷ്ണവുമായ മനോഭാവവുമായി ബന്ധപ്പെട്ടതാണ് പഠനത്തിന്റെ ഒറ്റയടി ബന്ധം. സ്വയം മുൻഗണന നൽകുക. പേര് നൽകുക, നിങ്ങളുടെ അഭിരുചി, സ്വഭാവം, സ്വഭാവം എന്നിവയെ വിലമതിക്കുക. അയോട്ട പോലുള്ള കാര്യങ്ങളിൽ സംതൃപ്തിക്കായി കുഴിച്ചിടുക. ഓരോ നിമിഷത്തിനും ദൈവത്തെ

അഭിനന്ദിക്കുക, നിങ്ങൾ ജീവിക്കുന്ന സാഹചര്യങ്ങൾ, നിങ്ങളുടെ ചുറ്റുമുള്ള ആളുകൾ. ക്രമേണ, നിങ്ങൾക്ക് ഒരു റോസി മനോഭാവം ഉണ്ടാകും. ആത്യന്തികമായി ഒരാളുടെ അറിവ് അപ്ഡേറ്റ് ചെയ്യുന്നതിലേക്ക് നിങ്ങൾ ചായും. ഉള്ളിൽ പഠിക്കാനുള്ള ഈ ഇച്ഛാശക്തി നിങ്ങൾ വികസിപ്പിച്ചെടുത്താൽ, അത് നിങ്ങളുടെ സ്വഭാവത്തിന്റെ ഭാഗമായി മാറും.

സമ്മർദ്ദം ഒരാളുടെ പ്രവർത്തനക്ഷമത കുറയ്ക്കുന്നു

വികസിതരായ മനുഷ്യർക്ക് ഒരു വലിയ വെല്ലുവിളിയുണ്ട്, അതായത്, അവരുടെ ആരോഗ്യം. ഇന്നത്തെ ജീവിത പെരുമാറ്റവും അതിന്റെ നയങ്ങളും ആളുകളുടെ ശരാശരി പ്രായത്തെ മറികടക്കുന്നു. മനുഷ്യർ 100 വർഷത്തോളം ജീവിക്കുന്നു, അത് ഇപ്പോൾ 60 വർഷത്തിൽ താഴെയായി കുറഞ്ഞു. നമ്മുടെ ടെൻഷനുകൾ മാറ്റിവെച്ചാൽ നമുക്ക് 150 വർഷം വരെ ജീവിക്കാൻ കഴിയുമെന്ന് പഠനങ്ങൾ അവകാശപ്പെടുന്നു. സമ്മർദ്ദമോ ഉത്കണ്ഠയോ ഒരാളുടെ ജീവിതത്തിൽ വലിയ തകർച്ചയിലേക്ക് നയിക്കുന്നു. ബൂട്ട് ചെയ്യാൻ, സമ്മർദ്ദം കാരണം ഒരു വ്യക്തിയുടെ ജീവിത നിലവാരത്തെയും ബാധിക്കുന്നു. സമ്മർദ്ദം കാരണം ഹോർമോണുകളുടെ അളവിലും ഏറ്റക്കുറച്ചിലുകൾ സംഭവിക്കുന്നു. ശരീരത്തിലെ ഹോർമോണുകളിൽ അഡ്രിനാലിനും കോർട്ടിസോളുമാണ് പ്രധാനം. നിരന്തരമായ സമ്മർദ്ദം വിഷാദത്തിലേക്ക് നയിക്കുന്നു. വിഷാദം ഒരു രോഗമല്ലെങ്കിലും, ഒരാളുടെ ശരീരവും ജീവിതവും അസന്തുലിതമാണെന്നത് ഒരു അലാറമാണ്. വിഷാദരോഗം മാനസിക രോഗങ്ങളുമായി ബന്ധപ്പെട്ടിരിക്കുന്നുവെങ്കിലും അതിന്റെ ലക്ഷണങ്ങൾ പുറത്തുനിന്നും കാണാവുന്നതാണ്.

സമ്മർദ്ദത്തിന്റെ അടയാളങ്ങൾ

അസാന്നിധ്യം: വിഷാദരോഗത്തിന്റെ പ്രധാന ലക്ഷണം ഒരു വ്യക്തി എപ്പോഴും അസ്വസ്ഥനായി

കാണപ്പെടുന്നു, ഒരു ജോലിയിലും ശ്രദ്ധ കേന്ദ്രീകരിക്കാൻ കഴിയില്ല. നിസ്സാരമായ സങ്കടമില്ല, എന്നാൽ ഒരു ജോലിയിലും ശ്രദ്ധ കേന്ദ്രീകരിക്കാതിരിക്കുക, താൽപ്പര്യമില്ല, സന്തോഷമോ സങ്കടമോ പോലും വിഷാദത്തിന്റെ ലക്ഷണങ്ങളാണ്.

> *"വിഷാദരോഗം ഒരിക്കലും കൈകാര്യം ചെയ്തിട്ടില്ലാത്ത ആളുകൾ അത് സങ്കടകരമോ മോശം മാനസികാവസ്ഥയിലോ ആണെന്ന് കരുതുന്നു. എനിക്ക് വിഷാദം അതല്ല; അത് ചാരനിറവും മരവിപ്പും ഉള്ള അവസ്ഥയിലേക്ക് വീഴുകയാണ്.*
>
> ***-ഡാൻ റെയ്നോൾഡ്സ്***

നിഷേധാത്മകത: വിഷാദം ഒരു വ്യക്തിയുടെ മനസ്സിനെ ക്രമരഹിതമായി എടുത്തുകളയുന്നു. തൽഫലമായി, ഒരു വ്യക്തി എല്ലായ്പ്പോഴും നിരാശനായി കാണപ്പെടുന്നു. ഇത് അതിന്റെ ഉച്ചസ്ഥായിയിൽ ഉയരുമ്പോൾ, ഒരു വ്യക്തി തന്റേതാണെന്ന് തോന്നുന്നുജീവിതം നിഷ്ഫലമാണ്. കൂടാതെ, എപ്പോഴും അപകർഷതാബോധം ഉണ്ടാകുന്നത് വിഷാദത്തെ പ്രതിഫലിപ്പിക്കുന്നു.

സമ്മർദ്ദം എങ്ങനെ ഒഴിവാക്കാം

ഇന്നത്തെ മാക്രോകോസത്തിൽ എല്ലാവരും സമ്മർദ്ദത്താൽ ചുറ്റപ്പെട്ടിരിക്കുന്നു. നിലവിൽ എല്ലാ മേഖലയിലും കട്ട് ത്രോട്ട് മത്സരമാണ്, അതിനാൽ ചെറിയ കുട്ടികൾ മുതൽ പെൻഷൻകാർ വരെ എല്ലാവർക്കും വളരെയധികം സമ്മർദ്ദമുണ്ട്. അതിന് പല മൂലകാരണങ്ങളുണ്ടാകാം - കൊച്ചുകുട്ടികൾക്ക് അത് വിദ്യാഭ്യാസമാണ്; വളർന്നതിന് ഉയർച്ചകൾ, ഇത് രക്ഷാകർതൃത്വം, ഗൃഹനിർമ്മാണം, ഔദ്യോഗികവും അനൗദ്യോഗികവുമായ ജീവിതത്തിലെ വിവാദങ്ങൾ, പ്രൊഫഷണൽ പ്രതിസന്ധികൾ മുതലായവ. ഉപസംഹരിക്കാൻ, സമ്മർദ്ദമില്ലാത്ത ഒരു ജീവിതം ആർക്കും സ്ഥാപിക്കാൻ കഴിയില്ല.

സമ്മർദ്ദം അവസാനിപ്പിക്കുന്നതിനുള്ള പോയിന്റുകൾ

അതിന്റെ ഉച്ചസ്ഥായിയിൽ, സമ്മർദ്ദം നമ്മെ ചില രോഗങ്ങളിലേക്ക് നയിച്ചേക്കാം, അത് നമ്മുടെ ശരീരത്തെയും നമ്മുടെ ബൗദ്ധിക ആരോഗ്യത്തെയും ബാധിക്കും. ഇവ താഴെ പറയുന്നവയാണ്:

- വിഷാദം
- ഹൃദ്രോഗം
- ഉയർന്ന പഞ്ചസാരയുടെ അളവ്
- പ്രകോപിപ്പിക്കുന്ന പെരുമാറ്റം, ഹ്രസ്വ കോപം
- മാനസിക രോഗങ്ങൾ മുതലായവ.

ഈ അസുഖങ്ങൾ വരാതിരിക്കാൻ, എങ്ങനെ ടെൻഷൻ ഒഴിവാക്കാം എന്ന ചോദ്യം നമ്മുടെ മനസ്സിൽ ഉദിക്കുന്നു. പിന്നെ, നമുക്ക് എങ്ങനെ ആശ്വസിക്കാം? നമ്മുടെ ജീവിതശൈലിയിൽ ഈ ലളിതമായ മാർഗ്ഗങ്ങൾ അവലംബിക്കുന്നതിലൂടെ ഈ ചോദ്യങ്ങൾക്കുള്ള ഉത്തരം ലഭിക്കും:

നിങ്ങളുടെ ക്വോട്ടിയൻ ഡ്രിൽ ആസൂത്രണം ചെയ്യുക: ഓരോ ദിവസവും, ജീവിതത്തിൽ അത്തരം സാഹചര്യങ്ങളെ ഞങ്ങൾ അഭിമുഖീകരിക്കുന്നു, അത് സ്കൂളോ, വീടോ,

ഓഫീസോ, സമൂഹമോ ആകട്ടെ, അതിന് പരിഹാരം കണ്ടെത്തുക മാത്രമല്ല, കൈകാര്യം ചെയ്യുന്നതിൽ ഏറ്റവും മികച്ചവരാണെന്ന് സ്വയം തെളിയിക്കുകയും വേണം. അസ്വസ്ഥരാകുന്നതിനുപകരം, കാര്യങ്ങൾ ക്രമീകരിക്കുന്നതിന് നാം ഒരു പതിവ് സ്വീകരിക്കണം. അപ്പോൾ, ദൈനംദിന പ്രശ്നങ്ങളെ അഭിമുഖീകരിക്കുന്നത് വലിയ സമ്മർദ്ദത്തിലേക്ക് നയിക്കില്ല, അതിനാൽ നമുക്ക് അവയെ കാര്യക്ഷമമായി നേരിടാൻ കഴിയും.

പ്രഭാതത്തിൽ നിങ്ങളുടെ ദിവസം ആരംഭിക്കുക: "നേരത്തെ ഉറങ്ങുകയും നേരത്തെ എഴുന്നേൽക്കുകയും ചെയ്യുന്നത് ഒരു മനുഷ്യനെ ആരോഗ്യവാനും സമ്പന്നനും ജ്ഞാനിയുമാക്കുന്നു." കൃത്യസമയത്ത് നിങ്ങളുടെ ദിവസം ആരംഭിച്ചാൽ, നിങ്ങളുടെ ജോലിയിൽ കൂടുതൽ ശ്രദ്ധ ചെലുത്താൻ കഴിയുമെന്ന് ഇത് വ്യക്തമായി വ്യക്തമാക്കുന്നു. ജോലിക്ക് വൈകുന്നത്, ട്രാഫിക്ക് മുതലായവ പോലുള്ള സ്ട്രെസ്ബസ്റ്ററുകൾ ഇത് പിന്തുടരുന്നത് എളുപ്പത്തിൽ ഒഴിവാക്കാനാകും.

ചെയ്യേണ്ടവയുടെ ലിസ്റ്റ്: നിങ്ങളെ സംതൃപ്തരും ശുഭാപ്തിവിശ്വാസവും നിലനിർത്തുന്ന എല്ലാ സൃഷ്ടികളുടെയും പട്ടിക തയ്യാറാക്കുക. ഇത് നിങ്ങളുടെ ജോലി മറക്കാതെ പൂർത്തിയാക്കാൻ സഹായിക്കുകയും ആത്യന്തികമായി നിങ്ങളുടെ സമ്മർദ്ദ നില കുറയ്ക്കുകയും ചെയ്യുന്നു.

വെല്ലുവിളി ഏറ്റെടുക്കാൻ പഠിക്കുക: എന്ത് സംഭവിച്ചാലും നെഗറ്റീവും തോൽവിയും കാണാതെ പോസിറ്റീവായി കാണുന്ന ശീലം വളർത്തിയെടുക്കണം. ജീവിതത്തിന്റെ പ്രയാസകരമായ അധ്യായത്തെ അഭിമുഖീകരിച്ചുകൊണ്ട് അതിനെ മറികടക്കാൻ ശ്രമിക്കുക. അത്തരത്തിൽ, തടസ്സങ്ങളെ നേരിടാനും ബുദ്ധിമുട്ടുകൾക്കെതിരെ പോരാടാനും നിങ്ങൾക്ക് ധൈര്യമുണ്ടാകും. നിങ്ങളുടെ നിശ്ചയദാർഢ്യം ഉയരും, നിങ്ങളിൽ പോസിറ്റിവിറ്റി ഉണ്ടാകും. അതിനാൽ, ഭാവിയിലെ പ്രശ്നങ്ങളിൽ നിങ്ങൾ കൂടുതൽ ശക്തമായി നിൽക്കുകയും സമ്മർദ്ദം കുറയുകയും ചെയ്യും.

"തീർച്ചയായും, ജീവിതത്തിന്റെ നിരുപാധികമായ സ്വീകാര്യതയും അത് കൊണ്ടുവരുന്നതും അല്ലാതെ വിജയത്തിന് ഒരു ഫോർമുലയുമില്ല."

-ആർതർ റൂബിൻസ്റ്റീൻ

സ്വയം പ്രതിരോധിക്കുക: നമ്മൾ എന്തെങ്കിലും ധർമ്മസങ്കടത്തിലോ ദുരന്തത്തിലോ ആണെങ്കിൽ; നമ്മെത്തന്നെ നോക്കുന്നതിനുപകരം, സാഹചര്യം മാത്രം നിരീക്ഷിക്കണം. ഇത് നമ്മുടെ ഭക്ഷണക്രമത്തെ തടസ്സപ്പെടുത്തുക മാത്രമല്ല, അനാരോഗ്യകരമായ ഭക്ഷണത്തോടുള്ള നമ്മുടെ ആസക്തി വർദ്ധിപ്പിക്കുകയും ചെയ്യുന്നു. ഇത് നമ്മുടെ ഉറക്ക സമയക്രമത്തെയും ബാധിക്കുന്നു. ഏതെങ്കിലും പരിഹാരത്തിനുപകരം, ആത്യന്തികമായി, നമ്മുടെ ആരോഗ്യം കഷ്ടപ്പെടുകയും മോശമാവുകയും ചെയ്യുന്നു. അതിനാൽ, ഒരാളുടെ ആരോഗ്യം നിരീക്ഷിക്കേണ്ടത് അത്യാവശ്യമാണ്. നമ്മൾ ആരോഗ്യവാനാണെങ്കിൽ, നമ്മൾ സമ്മർദ്ദമില്ലാതെ തുടരും, തുടർന്ന് ഞങ്ങൾ പ്രശ്നം പരിഹരിക്കും.

ധ്യാനം: ധ്യാനം സമ്മർദ്ദത്തിന്റെ പാതയെ ചുരുക്കുന്നു. 20 അല്ലെങ്കിൽ 30 മിനിറ്റ് ദിവസേനയുള്ള ധ്യാനം സമ്മർദ്ദരഹിതമായ ജീവിതത്തിന് മതിയാകും. ഒരാൾക്ക് അനുഭവപ്പെടുന്ന പ്രകോപനത്തിൽ നിന്ന് മുക്തി നേടുന്നതിന് ഇത് തികച്ചും സഹായകരമാണ്. ഇത് നിങ്ങളുടെ ഏകാഗ്രത വർദ്ധിപ്പിക്കുകയും ചെയ്യുന്നു.

"മനുഷ്യൻ അനുഭവിക്കുന്ന എല്ലാ സമ്മർദ്ദങ്ങളിൽ നിന്നും മോചനം നേടാനുള്ള ഏക മാർഗ്ഗം ധ്യാനമാണ്."

സദ്ഗുരു

ഒരേ സമയം ഒരു പ്രവൃത്തി: ഒരു സമയം ഒരു ജോലി മാത്രം എടുക്കുക. ഒരു സമയം ഒരുപാട് ജോലികൾ കൊണ്ട് സ്വയം കൂമ്പാരം കൂട്ടരുത്; അല്ലെങ്കിൽ, ഷെഡ്യൂൾ ചെയ്ത സമയത്ത് നിങ്ങൾക്ക് അവയിലൊന്ന് പൂർത്തിയാക്കാൻ കഴിയില്ല. അല്ലെങ്കിൽ അത് വളരെ കൃത്യമല്ലായിരിക്കാം. ഒരു ജോലി നിങ്ങളുടെ കൈയ്യിൽ എടുത്ത് കൃത്യസമയത്ത് പൂർത്തിയാക്കുക. ഈ രീതിയിൽ,

ജോലി പിഴവുകളില്ലാതെ വേഗത്തിൽ പൂർത്തിയാക്കും. അതിനാൽ, സമ്മർദ്ദം ഉണ്ടാകില്ല, നിങ്ങൾ സന്തോഷവാനായിരിക്കും.

പ്രക്ഷുബ്ധതയും നുഴഞ്ഞുകയറ്റവും ഒഴിവാക്കുക: നിങ്ങളുടെ ഇമെയിലുകൾ, മൊബൈൽ, സോഷ്യൽ മീഡിയ അറിയിപ്പുകൾ, അല്ലെങ്കിൽ മറ്റേതെങ്കിലും ഗാഡ്ജെറ്റുകൾ എന്നിവയിൽ ശ്രദ്ധ പുലർത്തുന്നത്, ജോലിയുടെ വ്യതിചലനത്തിനും തടസ്സത്തിനും ഇടയാക്കുന്നു, ഇത് ആത്യന്തികമായി ജോലി പൂർത്തിയാക്കുന്നത് വൈകിപ്പിക്കുന്നു. നിങ്ങൾ പൂർത്തിയാക്കാത്തതിനാൽ കൃത്യസമയത്ത് നിങ്ങളുടെ ജോലി അവസാനിപ്പിക്കാൻ കഴിയാത്തതിനാൽ ഇത് നിങ്ങളുടെ സമ്മർദ്ദ നില ഉയർത്തും.

ഏകാഗ്രത: ചില ജോലികൾ ചെയ്യുമ്പോൾ, അത് പൂർണ്ണമായ ഏകാഗ്രതയോടെ പൂർത്തിയാക്കുക എന്നതായിരിക്കണം നിങ്ങളുടെ ലക്ഷ്യം. നിങ്ങൾ ഒരു ജോലിയിൽ പൂർണ്ണമായി ശ്രദ്ധ കേന്ദ്രീകരിക്കുമ്പോൾ മാത്രമേ അത് വേഗത്തിൽ പൂർത്തിയാകൂ. കൂടാതെ, നിങ്ങൾ പല കാര്യങ്ങളും ഒരുമിച്ച് ചേർക്കരുത്, അതുവഴി നിങ്ങൾക്ക് ഏകാഗ്രതയോടെ ജോലി ചെയ്യാൻ കഴിയും.

"*നമ്മളിൽ കുറച്ചുപേർക്ക് നമ്മൾ യഥാർത്ഥത്തിൽ ആഗ്രഹിക്കുന്നത് നേടാനുള്ള ഒരു കാരണം, നമ്മൾ ഒരിക്കലും നമ്മുടെ ശ്രദ്ധ കേന്ദ്രീകരിക്കുന്നില്ല എന്നതാണ്; ഞങ്ങൾ ഒരിക്കലും നമ്മുടെ ശക്തി കേന്ദ്രീകരിക്കുന്നില്ല. ഭൂരിഭാഗം ആളുകളും ജീവിതത്തിലൂടെ കടന്നുപോകുന്നു, പ്രത്യേകിച്ച് ഒന്നും മാസ്റ്റർ ചെയ്യാൻ ഒരിക്കലും തീരുമാനിക്കുന്നില്ല.*

- ടോണി റോബിൻസ്

സ്വയം പരിശോധന: ചില കാര്യങ്ങളിൽ നിങ്ങൾ ആശയക്കുഴപ്പത്തിലാണെങ്കിൽ, സമ്മർദ്ദം ഇല്ലാതാക്കാൻ

ആത്മപരിശോധന നടത്തുക. ആ പ്രശ്നവുമായി ബന്ധപ്പെട്ട് നിങ്ങളുടെ മനസ്സിലുള്ള അത്തരം ചോദ്യങ്ങൾ ഉപയോഗിച്ച് സ്വയം ചോദ്യം ചെയ്യുക. ഈ ചോദ്യങ്ങൾക്കുള്ള ഉത്തരങ്ങൾ ഈ പ്രശ്നത്തിൽ നിന്ന് സ്വയം രക്ഷപ്പെടാൻ സഹായിക്കും, കൂടാതെ നിങ്ങൾക്ക് സമ്മർദ്ദത്തിൽ നിന്ന് അകന്നുനിൽക്കാനും കഴിയും.

ജോലി മാറ്റിവയ്ക്കരുത്: ഏതൊരു ജോലിയും വൈകിപ്പിക്കുകയോ നീട്ടിവെക്കുകയോ ചെയ്യുന്നത് ഒരു മോശം ശീലമാണ്. 'നരകം മരവിക്കുന്നു' എന്ന് നന്നായി പ്രസ്താവിക്കാം. മാറ്റിവെച്ച ജോലികൾ ചെയ്യാൻ സമയം ലഭിക്കുമോ ഇല്ലയോ എന്നത് പ്രവചിക്കാൻ കഴിയില്ല. ഇന്നലത്തെ ജോലി ഇന്ന് ചെയ്യാൻ കഴിയുന്നില്ലെങ്കിൽ, നിങ്ങൾ സമ്മർദ്ദത്തിലാകും. അതിനാൽ, യഥാർത്ഥ സമയപരിധി വരെ നിങ്ങൾ ഒരിക്കലും കാത്തിരിക്കരുത്, സമയപരിധിക്കുള്ളിൽ നിങ്ങളുടെ ജോലി പൂർത്തിയാക്കുക.

ആഗ്രഹിക്കാൻ: നിങ്ങൾ ഒരു നിദ്രാവസ്ഥയിലായിരിക്കുമ്പോൾ; ആഴത്തിലുള്ള ശ്വാസോച്ഛ്വാസം ഏതെങ്കിലും ബൗദ്ധിക സമ്മർദ്ദത്തെ ചെറുക്കാൻ നിങ്ങളെ സഹായിക്കുന്നു. നിങ്ങൾ അസ്വസ്ഥനാകുമ്പോഴെല്ലാം, അൽപ്പം നിർത്തി, ദീർഘമായി ശ്വാസം എടുക്കുക. ഈ വിദ്യ ആത്യന്തികമായി നിങ്ങളുടെ മനസ്സിനെ ആശ്വസിപ്പിക്കുന്നു, നിങ്ങൾക്ക് സമ്മർദ്ദമില്ലാത്തതായി തോന്നുന്നു.

കാലിസ്തെനിക്സ്: ദൈനംദിന വ്യായാമം നിങ്ങളുടെ ശാരീരിക വീക്ഷണം നിലനിർത്തുക മാത്രമല്ല നിങ്ങളെ ബൗദ്ധികമായി ശക്തരാക്കുകയും ചെയ്യുന്നു. ഇത് ശരീരത്തിലെ സ്ട്രെസ് ഹോർമോണുകളെ നിരാകരിക്കുകയും ചെയ്യുന്നു. തുടർന്ന്, നമുക്ക് അതിശക്തവും സമ്മർദ്ദരഹിതവുമായ ജീവിതം നയിക്കാം.

നിങ്ങളുടെ ഭക്ഷണം ആസ്വദിക്കൂ: പലപ്പോഴും, ജോലിയുടെ തിരക്കിൽ പ്രഭാതഭക്ഷണവും ഉച്ചഭക്ഷണവും അവഗണിക്കപ്പെടുന്നു. ഈ ഭക്ഷണങ്ങൾ കഴിക്കുന്നത് പൂർത്തിയാക്കേണ്ട ചില ജോലിയായി തോന്നുന്നു.

അതിനാൽ, ഞങ്ങൾക്ക് മതിയായതും ആവശ്യമുള്ളതുമായ പോഷകാഹാരം ലഭിക്കുന്നില്ല. ആരോഗ്യകരമായ ഭക്ഷണം ശരീരത്തിന് ഇന്ധനം നൽകുകയും രക്തത്തിലെ പഞ്ചസാര (ഗ്ലൂക്കോസ്) നിറയ്ക്കുകയും ഒരു പുതിയ ദിവസം ആരംഭിക്കാൻ ആവശ്യമായ ഊർജ്ജം നൽകുകയും ചെയ്യുന്നു. ശരിയായ ഭക്ഷണം കഴിക്കുന്നത് ശാരീരികവും മാനസികവുമായ ആരോഗ്യത്തിന് നല്ലതാണെന്ന് തെളിയിക്കപ്പെട്ടിട്ടുണ്ട്. മനസ്സമാധാനം അനുഭവപ്പെടും. ഇത് നിങ്ങളെ സന്തോഷിപ്പിക്കും, അങ്ങനെ നിങ്ങൾ സമ്മർദ്ദരഹിതരാകും.

നിങ്ങളുടെ ഹോബികളിൽ വ്യായാമം ചെയ്യുക:നിങ്ങളുടെ ജോലി ചെയ്യുന്നതിൽ നിങ്ങൾക്ക് അസുഖവും മടുപ്പും അനുഭവപ്പെടുമ്പോഴെല്ലാം, നിങ്ങളുടെ താൽപ്പര്യവും ഹോബിയും ചെയ്യുന്ന ജോലികളിൽ നിങ്ങളുടെ സമയം ചെലവഴിക്കുക. നിങ്ങളുടെ ഹോബികൾക്കായി സമയം ചെലവഴിക്കുന്നതിൽ നിങ്ങൾ സന്തുഷ്ടരായിരിക്കും, നിങ്ങൾ സമ്മർദ്ദരഹിതരാകും. അവിടെ നിന്ന്, നിങ്ങൾ കൂടുതൽ ഉത്സാഹത്തോടെ നിങ്ങളുടെ ജോലി ചെയ്യും.

നല്ല ഉറക്കം ലഭിക്കുന്നത്: രാത്രിയിൽ നല്ല ഉറക്കവും ആവശ്യത്തിന് ഉറക്കവും എടുക്കേണ്ടത് അത്യാവശ്യമാണ്, അങ്ങനെ എഴുന്നേൽക്കാനും തിളങ്ങാനും പൂർണ്ണമായ പുതുമയോടെയും ദിവസത്തിന്റെ കഠിനമായ പൊടിക്കാനുള്ള ഉത്സാഹത്തോടെയും പ്രഭാതം. പുണ്യത്താൽ, നിങ്ങളുടെ എല്ലാ ജോലികളും ശരിയായി ചെയ്താൽ, സമ്മർദ്ദം ഉണ്ടാകില്ല, നിങ്ങൾ സന്തോഷവാനായിരിക്കും.

നിങ്ങളുടെ തടസ്സങ്ങളെക്കുറിച്ച് ആശയവിനിമയം നടത്തുക: പലപ്പോഴും പ്രസ്താവിക്കപ്പെടുന്നു, "പങ്കിട്ട സന്തോഷം ഇരട്ട സന്തോഷമാണ്; പങ്കിട്ട ദുഃഖം പാതി ദുഃഖമാണ്. അതിനാൽ, നിങ്ങൾ അസ്വസ്ഥനാണെങ്കിൽ, നിങ്ങളുടെ കുടുംബാംഗങ്ങളോടും നല്ല സുഹൃത്തുക്കളോടും അതിനെക്കുറിച്ച് ആശയവിനിമയം നടത്തുക. നിങ്ങൾക്ക് സാഹചര്യം അഴിച്ചുമാറ്റാൻ കഴിയുമെന്ന് അനുമാനിക്കപ്പെടുന്നു. പൂർണ്ണമായും ഇല്ലെങ്കിൽ,

കുറഞ്ഞത് നിങ്ങൾക്ക് ആശ്വാസം തോന്നുകയും സമ്മർദ്ദം കുറയുകയും ചെയ്യും.

നിങ്ങളുടെ കുടുംബത്തോട് ചേർന്നുനിൽക്കുക:

നിലവിൽ, പലരും അവരുടെ ഉപജീവനമാർഗ്ഗം കാരണം കുടുംബത്തിൽ നിന്ന് അകന്നുനിൽക്കുന്നു, അല്ലെങ്കിൽ അവർ കുടുംബത്തോടൊപ്പം താമസിക്കുമ്പോൾ പോലും, അവർ തങ്ങളുടെ കുട്ടികൾക്കും മറ്റ് കുടുംബാംഗങ്ങൾക്കും വേണ്ടത്ര സമയം നൽകുന്നില്ല. ഇത് കുടുംബാംഗങ്ങൾക്കിടയിൽ ആശയവിനിമയ വിടവ് സൃഷ്ടിക്കുകയും സമ്മർദ്ദത്തിന് കാരണമാവുകയും ചെയ്യുന്നു. അതിനാൽ, നിങ്ങളുടെ ജീവിത പങ്കാളിക്കും കുടുംബാംഗങ്ങൾക്കും നിങ്ങൾ സമയം നൽകണം. അവരോടൊപ്പം അവധിക്കാലമോ വിനോദയാത്രയോ നടത്തുക, നിങ്ങളുടെ കുട്ടിക്കാലത്തെ കഥകൾ കുട്ടികളോട് പറയുക, അവരോടൊപ്പം ആസ്വദിക്കുക. അവരുടെ പഠനത്തിലും ഹോബികളിലും താൽപ്പര്യം പ്രകടിപ്പിക്കുക, അവരുടെ പ്രശ്നങ്ങൾ അറിയുക. ഇത് നിങ്ങളുടെ ബന്ധത്തെ കൂടുതൽ ശക്തമാക്കും, സമ്മർദ്ദം നിങ്ങളെ ബാധിക്കില്ല, സന്തോഷവാനായിരിക്കും.

ശുഭാപ്തിവിശ്വാസികളുമായി സ്വയം ഇടപഴകുക: നിങ്ങളുടെ ദുഷ്കരമായ സമയങ്ങളിൽ നിങ്ങൾ ആരുമായാണ് ഏർപ്പെട്ടിരിക്കുന്നതെന്ന് കണ്ടെത്തുന്നത് നിർണായകമാണ്. അശുഭാപ്തിവിശ്വാസികളുമായി നിങ്ങളുടെ ഗുണമേന്മയുള്ള സമയം നിക്ഷേപിക്കുന്നത് ആത്യന്തികമായി ആത്മവിശ്വാസക്കുറവിലേക്ക് നയിക്കും, അത് അവസാനം മോശമായ ഫലങ്ങളിലേക്ക് നയിക്കും. മറുവശത്ത്, ശുഭാപ്തിവിശ്വാസികൾക്കൊപ്പം ചെലവഴിക്കുന്ന സമയം നിങ്ങളുടെ പ്രശ്നങ്ങളോട് നല്ല മനോഭാവത്തിലേക്ക് നയിക്കും, അതിനാൽ നിങ്ങൾ അവ നേരിടാൻ തയ്യാറായിരിക്കും. ഇതിലൂടെ നിങ്ങളുടെ ജീവിതത്തിലെ മിക്ക പ്രശ്നങ്ങളും എളുപ്പത്തിൽ പരിഹരിക്കപ്പെടും.

അമിതമായി ബുദ്ധിവൽക്കരിക്കുക: നിങ്ങൾക്ക് എന്തെങ്കിലും ജോലി ചെയ്യാൻ താൽപ്പര്യമുണ്ടെങ്കിൽ, മുന്നോട്ട് പോയി അത് ചെയ്യുക. അതിനോടുള്ള മറ്റുള്ളവരുടെ പ്രതികരണങ്ങളെക്കുറിച്ച് ചിന്തിക്കരുത്. തീർച്ചയായും, അതിന്റെ ഫലങ്ങൾ പരിശോധിക്കുക, പക്ഷേ അത് പിരിമുറുക്കം സൃഷ്ടിക്കാതിരിക്കാൻ കൂടുതൽ സമ്മർദ്ദം ചെലുത്തരുത്.

വർത്തമാനകാലത്ത് ജീവിക്കുക: നിങ്ങൾ എല്ലായ്പ്പോഴും തിരിഞ്ഞുനോക്കുകയോ ഭാവിയെക്കുറിച്ച് സ്വപ്നം കാണുകയും ആസൂത്രണം ചെയ്യുകയും ചെയ്താൽ, നിങ്ങൾക്ക് വർത്തമാനകാലത്തിന്റെ സന്തോഷം നഷ്ടപ്പെടും. അതിനാൽ, എല്ലായ്പ്പോഴും സന്തോഷത്തോടെയും സമ്മർദ്ദമില്ലാതെയും ആയിരിക്കുക, വർത്തമാനകാലത്ത് ജീവിക്കുക, അതിന്റെ ഓരോ നിമിഷവും ആസ്വദിക്കുക എന്നിവ വളരെ പ്രധാനമാണ്.

സ്വയം താഴ്ത്തികെട്ടരുത്: മറ്റുള്ളവരുമായി താരതമ്യപ്പെടുത്തുമ്പോൾ നമ്മൾ പലപ്പോഴും നമ്മെത്തന്നെ ഇകഴ്ത്തുന്നു. നമ്മൾ പലപ്പോഴും നമ്മുടെ പോരായ്മകളിൽ ശ്രദ്ധ കേന്ദ്രീകരിക്കുകയും നമ്മുടെ ഗുണങ്ങളും കഴിവുകളും മറക്കുകയും ചെയ്യുന്നു. ഓരോരുത്തരും അവരവരുടേതായ രീതിയിൽ അതുല്യരാണ്; ചില ആളുകൾക്ക് ബിസിനസ്സിൽ ലാഭം ലഭിക്കും, മറ്റുള്ളവർക്ക് അവരുടെ ജോലിയിൽ സ്ഥാനക്കയറ്റം ലഭിക്കും. ഒരാൾ പഠനത്തിലും മറ്റൊരാൾ കായികരംഗത്തും മിടുക്കനാണ്. ചില സ്ത്രീകൾ ഗാർഹിക പ്രവർത്തനങ്ങൾ ചെയ്യാൻ തികച്ചും പ്രാപ്തരാണ്, ചിലർ പ്രൊഫഷണൽ വർക്ക് ഫ്രണ്ട് കാര്യക്ഷമമായി കൈകാര്യം ചെയ്യുന്നു. അതിനാൽ, നാമെല്ലാവരും അതുല്യരാണ്, നമ്മൾ മറ്റുള്ളവർക്ക് കീഴ്പ്പെട്ടവരല്ല. ഈ വികാരം നമ്മുടെ ഹൃദയത്തിൽ ഉണ്ടാകണമെങ്കിൽ, നമുക്ക് നമ്മിൽത്തന്നെ ആത്മവിശ്വാസം ഉണ്ടായിരിക്കണം, അത് ബുദ്ധിമുട്ടുകൾ മറികടക്കാൻ സഹായിക്കുന്നു. ഇത് നമ്മെ പിരിമുറുക്കങ്ങളില്ലാതെ സന്തോഷത്തോടെ നിലനിർത്തും.

സ്വയം ആഹ്ലാദത്തിൽ: ഇത് നിർണായകമായ കാര്യമാണ്. വ്യത്യസ്ത ആളുകൾക്ക് വ്യത്യസ്ത രീതികളിൽ സന്തോഷം

ലഭിക്കുന്നു. നമ്മുടെ സന്തോഷത്തിന്റെ ഉറവിടവും ഉത്തരവാദിത്തവും സമൂഹമല്ലെന്ന് നാം തിരിച്ചറിയണം. മറ്റുള്ളവർ നമ്മെ സന്തോഷിപ്പിക്കുന്നതിനായി നാം എന്തിന് കാത്തിരിക്കണം? നമ്മെത്തന്നെ സന്തോഷത്തോടെ നിലനിർത്താനുള്ള കല പഠിച്ചുകഴിഞ്ഞാൽ, സമ്മർദ്ദം അപ്രത്യക്ഷമാകും. ഇത് ഒരാളുടെ പ്രതിരോധശേഷി വർധിപ്പിക്കുകയും സമ്മർദ്ദം ഒഴിവാക്കുകയും ചെയ്യും.

നടക്കുന്നത് തുടരുക: നമ്മൾ നടക്കുമ്പോൾ ശരീരകോശങ്ങളുടെ സ്വീകാര്യത വർദ്ധിക്കുന്നു. ഓരോ നാഡിയിലും ചലനമുണ്ട്, അതിനാൽ സമ്മർദ്ദത്തിന് കാരണമാകുന്ന ഹോർമോണുകളുടെ ഉത്പാദനം കുറയുന്നു; അതിനാൽ, നിലവിലുള്ള പിരിമുറുക്കം ഒരാളുടെ ശ്വസന പ്രക്രിയയിലൂടെ പുറത്തുവരുന്നു. അതുകൊണ്ടാണ് ഡോക്ടർമാരും ആരോഗ്യ വിദഗ്ദരും വിഷാദരോഗമുള്ളവരെ സ്ഥിരമായി നടക്കാൻ ഉപദേശിക്കുന്നത്.

ഉദാസീനമായ ജീവിതം ഒഴിവാക്കുക: ദീർഘനേരം ഇരിക്കുന്നതിലൂടെ, നമ്മുടെ ശരീരം ദോഷകരമായ മാറ്റങ്ങളിലേക്ക് നയിക്കുന്നു. എന്നിരുന്നാലും, ഞങ്ങൾ അവരെ ശ്രദ്ധിക്കുന്നില്ലായിരിക്കാം. ഉദാഹരണത്തിന്, വളരെ നേരം ടിവിക്ക് മുന്നിൽ ഇരിക്കുന്നത് ദോഷകരമാണ്, അതിനാൽ, നമുക്ക് പല രോഗങ്ങൾക്കും ഇരയാകാം.

ക്ഷേമ പ്രവർത്തനങ്ങളിൽ ഏർപ്പെടുക: സാമൂഹിക പ്രവർത്തനം സൃഷ്ടിച്ച ഐക്യത്തിന്റെ അടിസ്ഥാനത്തിൽ നിങ്ങൾക്ക് പോസിറ്റീവ് സൃഷ്ടികളിലേക്ക് തിരിയാം. നൂതനമായിരിക്കൂ. സാമൂഹിക പ്രവർത്തനങ്ങൾക്കായി ഉയർന്ന തലത്തിലുള്ള പരിപാടികൾ സംഘടിപ്പിക്കേണ്ട ആവശ്യമില്ല.

ചെറിയ ആംഗ്യങ്ങൾ പോലും ഫലപ്രദമാണ്. മാറ്റങ്ങൾ വരുത്താൻ നിങ്ങളുടെ സാന്നിധ്യം നിലനിർത്തേണ്ട ആവശ്യമില്ല.

പരോപകാരി ആകുക. നിങ്ങളുടെ ആദർശങ്ങളെ വ്രണപ്പെടുത്തുന്നില്ലെങ്കിൽ അവരുടെ നിർദ്ദേശങ്ങളുമായി നിങ്ങൾക്ക് വിട്ടുവീഴ്ച ചെയ്യാം.

ശീലങ്ങളുടെ പുനരുജ്ജീവനം: ഏതൊരു ശീലവും പിടിച്ചെടുക്കാൻ, ലളിതമായ ഒരു മാർഗമുണ്ട്- അനുഭവപരിചയത്തോടെ പെരുമാറ്റം മാറ്റുക. പ്രത്യേക സാഹചര്യങ്ങൾക്കായുള്ള ഒരു യാന്ത്രിക പ്രതികരണമായി ഇത് വിവരിക്കപ്പെടുന്നു, അത് പഠിക്കുന്നതിലൂടെയും അവലോകനം ചെയ്യുന്നതിലൂടെയും ലഭിക്കും. സ്വയമേവ സ്വഭാവം വളർത്തിയെടുക്കുമ്പോൾ, അത് ഒരു ശീലമായി മാറുമെന്ന് പറയപ്പെടുന്നു.

"ഞങ്ങൾ ആവർത്തിച്ച് ചെയ്യുന്നത് ഞങ്ങൾ തന്നെയാണ്. അതിനാൽ, മികവ് ഒരു പ്രവൃത്തിയല്ല, ഒരു ശീലമാണ്.

-അരിസ്റ്റോട്ടിൽ

1.പൊതുവേ,ശീലങ്ങൾ പ രീക്ഷണത്തിലായിരിക്കണമെന്നില്ല. നമ്മുടെ ദൈനംദിന ജീവിതത്തിൽ ശീലങ്ങൾ നിർണായക പങ്ക് വഹിക്കുന്നു. നമ്മൾ വ്യത്യസ്ത ശീലങ്ങൾ സ്വീകരിക്കുന്നു, അവ നമ്മുടെ ജീവിതത്തിന്റെ ഭാഗമായി മാറുന്നു. ശീലങ്ങൾ നല്ലതോ ചീത്തയോ ആകാം. കഠിനാധ്വാനം, വായന, എഴുത്ത്, ചിട്ടയായ വ്യായാമം, ധ്യാനം തുടങ്ങിയവ നല്ല ശീലങ്ങളാണ്. മദ്യപാനം, ആസക്തി, ആലസ്യം, അലസത, കള്ളം പറയൽ, സത്യസന്ധതയില്ലായ്മ, മോഷണം, മറ്റുള്ളവരെ കബളിപ്പിക്കൽ തുടങ്ങിയവ മോശം ശീലങ്ങളുടെ ഉദാഹരണങ്ങളാണ്.

2. ഒരു മികച്ച തുടക്കത്തിനായി നോക്കുക: ഒരു മികച്ച തുടക്കമാണ് ജോലിയുടെ അടിസ്ഥാനം. പഴഞ്ചൊല്ല് പറയുന്നു,*"നന്നായി ആരംഭിച്ചത് പകുതി പൂർത്തിയായി."*അതിനാൽ, നല്ല ശീലങ്ങൾ പഠിക്കാനുള്ള നല്ല തുടക്കത്തോടെ നാം ആരംഭിക്കണം. നാം ശക്തമായ പ്രതിജ്ഞകൾ ചെയ്യുകയും ശക്തമായ പ്രചോദനം നൽകുകയും വേണം. നാം നമ്മുടെ മനസ്സിനെ ഭ്രമിപ്പിക്കരുത്. ഉദാഹരണത്തിന്, ഒരു നഴ്സിംഗ് വിദ്യാർത്ഥി ഒരു നിശ്ചിത സമയത്ത് ഒരു നിശ്ചിത കാലയളവിൽ

പഠിക്കാൻ തീരുമാനിച്ചു. അവൻ സമയബന്ധിതമായി തീരുമാനിക്കുകയും വിജയം ഉറപ്പാക്കാൻ പദ്ധതിയിൽ ഉറച്ചുനിൽക്കുകയും വേണം.

3. നല്ല ശീലങ്ങൾ മെച്ചപ്പെടുത്തുക: പുതിയ ശീലങ്ങൾ നമ്മുടെ ദൈനംദിന ജീവിതത്തിന്റെ ഭാഗമാകുന്നതുവരെ അവ നടപ്പിലാക്കേണ്ടത് പ്രധാനമാണ്. നമ്മുടെ ശീലങ്ങൾ ഉണ്ടാക്കുന്നതിനെ ദുർബലപ്പെടുത്തുന്നതിനാൽ തടസ്സങ്ങളോ അരാജകത്വങ്ങളോ സൂക്ഷിക്കുക. ഉദാഹരണത്തിന്, തലവേദനയോ ജോലിയിൽ പിടിച്ചുനിൽക്കാനുള്ള താൽപ്പര്യക്കുറവോ പോലുള്ള മുടന്തൻ ഒഴികഴിവുകൾ നാം നൽകരുത്.

4. ആവേശകരമായ അന്തരീക്ഷം നോക്കുക: നല്ല ശീലങ്ങൾ വളർത്തിയെടുക്കുന്നത് ഊർജ്ജസ്വലവും തിളങ്ങുന്നതുമായ അന്തരീക്ഷത്തെ ആശ്രയിച്ചിരിക്കുന്നു. ഉദാഹരണത്തിന്, വേണ്ടത്ര കഠിനാധ്വാനിയായ ഒരു വിദ്യാർത്ഥിക്ക് ഉത്സാഹമുള്ള വിദ്യാർത്ഥികളുടെ സഹവാസം ഉണ്ടായിരിക്കണം, പഠനത്തിൽ താൽപ്പര്യമില്ലാത്ത നിഷ്കളങ്കരും അഭിലഷണീയരുമായ വിദ്യാർത്ഥികളല്ല.

5. നിങ്ങളുടെ ലക്ഷ്യം സാക്ഷാത്കരിക്കാൻ സ്ഥിരോത്സാഹിക്കുക: ശീലങ്ങൾ രൂപപ്പെട്ടുകഴിഞ്ഞാൽ, അവ കൂടുതൽ ശക്തമാക്കണം.

അതിനാൽ, ആഴത്തിൽ വേരൂന്നിയതു വരെ ഇത് തുടരണം.

ഈ നിസ്സാരമായ ശ്രമങ്ങൾ സ്വീകരിക്കുന്നതിലൂടെ, നമ്മുടെ സമ്മർദ്ദം കുറയ്ക്കാനും സന്തോഷവാനായിരിക്കാനും കഴിയും.

'ജീവിതത്തിന്റെ വസന്തകാലത്ത് ആയിരിക്കാനുള്ള കാഴ്ചപ്പാട്

ഈ മാക്രോകോസത്തിൽ, എന്നും ചെറുപ്പമായി തുടരാൻ ആരാണ് ആഗ്രഹിക്കാത്തത്? എന്നിരുന്നാലും, അത്തരമൊരു കാര്യം ആഗ്രഹിച്ചാൽ മാത്രം പോരാ, വാർദ്ധക്യത്തിന്റെ ലക്ഷണങ്ങൾ പ്രതിഫലിക്കാതിരിക്കാൻ നിങ്ങൾ ഫലവത്തായ ഒന്നിൽ മുഴുകണം. വാർദ്ധക്യം ശാശ്വത സത്യമാണ്. എന്നാൽ അതിനെ മറികടക്കാൻ നിങ്ങൾ അനുവദിച്ചില്ലെങ്കിൽ നിങ്ങൾ എന്നെന്നേക്കുമായി ചെറുപ്പമായി അനുഭവപ്പെടും. ഹൃദയത്തിൽ ചെറുപ്പമാണെങ്കിലും, ശാരീരികമായി ചെറുപ്പമായി തുടരുന്നതും പ്രധാനമാണ്, ഇതിനായി ഞങ്ങൾ ചില നുറുങ്ങുകൾ നൽകുന്നു:

നിങ്ങളുടെ ബുദ്ധി നന്നായി മുഴങ്ങട്ടെ:

മനഃശാസ്ത്രത്തിന്റെ ഭാഷയിൽ, അനാരോഗ്യകരമായ മനസ്സ് ആരോഗ്യമില്ലാത്ത ശരീരത്തിന്റെ അടയാളമാണ്. ആരോഗ്യമുള്ള മനസ്സിൽ നിന്നാണ് നമ്മുടെ ഇച്ഛാശക്തി വളരുന്നത്. ഒരു വ്യക്തിക്ക് നല്ല ബൗദ്ധിക ആരോഗ്യമുണ്ടെങ്കിൽ, അയാൾക്ക് ഒരു നല്ല ജീവിതം നയിക്കാൻ കഴിയും

അനാരോഗ്യകരമായ ശരീരം. മറുവശത്ത്, ആരോഗ്യമുള്ള ശരീരവും ആരോഗ്യമില്ലാത്ത മനസ്സും ഉള്ള ഒരു വ്യക്തി തന്റെ ജീവിതകാലം മുഴുവൻ കണ്ണുനീർ പൊഴിക്കുന്നു.

നിങ്ങളുടെ മനസ്സിനെ എങ്ങനെ ആരോഗ്യത്തോടെ നിലനിർത്താം അല്ലെങ്കിൽ ഇത് നേടാൻ പരമാവധി ശ്രമിക്കുക എന്നതാണ് ഏറ്റവും വലിയ വെല്ലുവിളി.

എന്റെ വീക്ഷണകോണിൽ, ഇനിപ്പറയുന്ന സാങ്കേതിക വിദ്യകൾ സ്വീകരിക്കുന്നതിലൂടെ ബൗദ്ധിക ക്ഷേമം പരിപാലിക്കാൻ കഴിയും:

1. **ചിരിക്കാനും മറ്റുള്ളവരെ ചിരിപ്പിക്കാനും പഠിക്കുക**: അതെ, ചിരിക്കുമ്പോൾ, നമ്മുടെ ശരീരം എൻഡോർഫിനുകളും സെറോടോണിൻ ഹോർമോണുകളും ഉത്പാദിപ്പിക്കുന്നു, ഇത് നമ്മുടെ

ശരീരത്തെയും മനസ്സിനെയും ആരോഗ്യകരമായി നിലനിർത്താൻ സഹായിക്കുന്നു.

2. നന്ദി പ്രകടിപ്പിക്കാൻ പഠിക്കുക: ഇത് നന്ദിചികിത്സയുടെ ഭാഗമാണ്. ചുറ്റുപാടുമുള്ള വസ്തുക്കൾക്കോ നമ്മെ എങ്ങനെയെങ്കിലും സഹായിച്ച വ്യക്തികൾക്കോ നന്ദി പറയുമ്പോൾ നമുക്ക് മാനസിക സമാധാനം കൈവരും.

3. ശുഭാപ്തിവിശ്വാസം പുലർത്തുക: അശുഭാപ്തിവിശ്വാസം നെഗറ്റീവ് ചിന്തകളെ പ്രോത്സാഹിപ്പിക്കുന്നു, ശുഭാപ്തിവിശ്വാസം പോസിറ്റീവ് ചിന്തകളിലേക്ക് നയിക്കുന്നു. ഒരു പോസിറ്റീവ് ഫ്രെയിം ഓഫ് റഫറൻസ് നിങ്ങളുടെ സമ്മർദ്ദം കുറയ്ക്കുന്നു, ഇത് നിങ്ങളുടെ മനസ്സിനെ ആരോഗ്യകരമായി നിലനിർത്തുന്നു. അശുഭാപ്തിവിശ്വാസികളിൽ നിന്ന് അകന്നു നിൽക്കാൻ ശ്രമിക്കുക അല്ലെങ്കിൽ അവരെയും ശുഭാപ്തിവിശ്വാസികളാക്കി മാറ്റുക. ഇത് മറ്റുള്ളവരെ കുറ്റപ്പെടുത്താതിരിക്കാനുള്ള ശീലം വളർത്തുന്നു.

4. സ്വയം ഇടപെടുക: "ശൂന്യമായ മനസ്സ് പിശാചിന്റെ പണിപ്പുരയാണ്" എന്ന് പലപ്പോഴും പ്രസ്താവിക്കപ്പെടുന്നു. മനസ്സ് ഒരിക്കലും ശൂന്യമല്ലെങ്കിലും ഫലമില്ലാത്ത കാര്യങ്ങളിലേക്ക് സ്വയം തിരിയുന്നു. അതിനാൽ, ഒരാളുടെ മനസ്സ് ഉപയോഗപ്രദമായ കാര്യങ്ങളിൽ മുഴുകണം.

5. പുസ്തകങ്ങളിലും ലേഖനങ്ങളിലും മുക്കുക: നിങ്ങൾ വായിക്കുന്നത് നിങ്ങൾ ആയിത്തീരുമെന്ന് പറയപ്പെടുന്നു. അതിനാൽ, നല്ല വായന നിങ്ങളുടെ മനസ്സിൽ നല്ല ചിന്തകൾ നൽകുകയും ആരോഗ്യം നിലനിർത്തുകയും ചെയ്യും.

"വായന എന്നത് ശരീരത്തിന് എന്ത് വ്യായാമം എന്ന് മനസ്സിലുറപ്പിക്കുകയാണ്."

- ജോസഫ് അഡിസൺ

6. നിങ്ങളുടെ ഉത്സാഹം ഏറ്റവും ഉയർന്ന നിലയിൽ നിലനിർത്തുക: വിജയിയാകാൻ ചില ലോജിക്കൽ നിയമങ്ങൾ പാലിക്കേണ്ടത് അത്യാവശ്യമാണ്. പ്രകീർത്തിക്കപ്പെട്ട ആത്മാക്കൾ നൽകുന്ന പ്രസ്താവനകൾ അവ വായിച്ച് നമ്മിൽ പുതിയ ആവേശം നിറയ്ക്കുന്നു. നിരവധി തടസ്സങ്ങൾ ഉണ്ടായിട്ടും ജോലി പൂർത്തിയാക്കാതെയോ പാതിവഴിയിൽ ഉപേക്ഷിക്കുകയോ ചെയ്യാത്ത മഹത്തായ വ്യക്തിത്വങ്ങൾ ഉള്ളവർ, അതേ ആവേശത്തോടെ മികച്ച രീതിയിൽ പ്രവർത്തിക്കാൻ ശ്രമിക്കുന്നു. വിജയം ആവേശവും ആവേശവും നേരിട്ട് ബന്ധപ്പെട്ടിരിക്കുന്നു. ഉത്സാഹവും ഊർജവും നിലനിർത്താൻ പഠിക്കുന്ന ഒരാൾ ഊർജ്ജസ്വലനായിരിക്കും, ഈ ലോകം ഊർജ്ജസ്വലരായ ആളുകളുടേതാണ്. ഊർജസ്വലരായ വ്യക്തികൾ ഒരിക്കലും തങ്ങളുടെ ഉത്സാഹം താഴാൻ അനുവദിക്കില്ല; അവരെ ഏറ്റവും ഭയപ്പെടുത്തുകയോ പ്രകോപിപ്പിക്കുകയോ ചെയ്യുന്ന അവരുടെ ജോലി അവർ തുടർന്നുകൊണ്ടേയിരിക്കുന്നു. കാരണം അതിനെതിരെ മത്സരിച്ചാലും മത്സരിച്ചാലും വിജയം നേടാനാകുമെന്ന് അവർക്കറിയാം.

മനുഷ്യന്റെ പുരോഗതിയുടെയും ഭാഗ്യത്തിന്റെയും അളവുകോലാണ് ഉത്സാഹം. ഉത്സാഹമുള്ളവൻ പുരോഗതി പ്രാപിക്കുന്നു. ഉത്സാഹത്തോടെ ജോലി ചെയ്യുന്ന വ്യക്തിക്ക് ഭാഗ്യം അനുകൂലമാണ്. ഉത്സാഹമോ ആവേശമോ ഇല്ലാത്തിടത്ത് വളർച്ചയില്ല. തണുത്ത മഞ്ഞുപാളിയുടെ അടിയിൽ ഒന്നും വളരുന്നില്ല. ഉത്സാഹമില്ലാതെ ഒരു ജോലിയും ചെയ്യാൻ കഴിയില്ല. ആഗ്രഹിച്ച ഫലം ലഭിക്കാൻ, ഒരാൾ ഉത്സാഹത്തോടെ കഠിനാധ്വാനം ചെയ്യണം. അതിനാൽ, ഉത്സാഹത്തോടെയും പുതിയ ആഗ്രഹങ്ങളോടെയും ഇന്ന് ആരംഭിക്കുക, ജീവിതത്തിൽ മുഴുകാനും ജീവിതത്തെ നീലനിറത്തിൽ നിന്ന് മാറ്റാനും ശ്രമിക്കുക. അതിനാൽ, ഇന്ന് ഉത്സാഹത്തോടെയിരിക്കുക!

അടുപ്പമുള്ളത്:ചില നല്ല തീരുമാനങ്ങൾ എടുക്കുന്നതിൽ നാം പരിമിതപ്പെടുത്തണം, കൂടാതെ ജീവിതത്തിന്റെ അപചയങ്ങളിൽ നിന്ന് നമ്മെ തടയുന്ന നല്ല ചിന്തകൾ ഉണ്ടായിരിക്കണം. ജീവിതം നമുക്ക് എല്ലാം തന്നു. എന്നാൽ എല്ലാം ഒറ്റയടിക്ക് ചിന്തിക്കുന്നത് ന്യായമല്ല. കാരണം, ജീവിതം നമുക്ക് വേഗത്തിൽ എന്തെങ്കിലും അവതരിപ്പിക്കുന്നതുപോലെ, അത് നമ്മിൽ നിന്ന് കാര്യങ്ങൾ കൂടുതൽ വേഗത്തിൽ പിടിച്ചെടുക്കുന്നു. "എന്തുകൊണ്ട് ഞാൻ?" എന്ന് നാം അത്ഭുതപ്പെടുന്ന പല സംഭവങ്ങളും നമ്മുടെ ജീവിതത്തിൽ സംഭവിക്കാറുണ്ട്. ഒന്നും സ്വയം ഏറ്റെടുക്കരുത്. കാരണം, നമ്മൾ ആഗ്രഹിക്കുന്ന കാര്യങ്ങൾ ലഭിച്ചില്ലെങ്കിൽ, നമുക്ക് വിജനത അനുഭവപ്പെടും. എല്ലാത്തിനും അതിന്റേതായ പരിമിതികളുണ്ടെന്നും അത് നീട്ടാൻ കഴിയില്ലെന്നും നാം മനസ്സിലാക്കണം.

"വളരെ വ്യക്തിപരമായി യാതൊന്നും എടുത്ത്
വർദ്ധിപ്പിക്കരുത്."

നിങ്ങളുടെ ഹൃദയത്തെ ശ്രദ്ധിക്കുക: ഹൃദയം കൊണ്ട് എടുക്കുന്ന തീരുമാനങ്ങൾ തെറ്റായിരിക്കാം, പക്ഷേ നിങ്ങൾ ഒരിക്കലും അവയ്ക്കായി പശ്ചാത്തപിക്കില്ല. നാം ഹൃദയം കൊണ്ട് തീരുമാനങ്ങൾ എടുക്കുമ്പോൾ, അത് നമ്മുടെ സ്വന്തം തീരുമാനവും ആധിപത്യവുമാണ്. നാം ഹൃദയം കൊണ്ട് ദൗത്യത്തിൽ ഏർപ്പെടുമ്പോൾ, നമുക്ക് സന്തോഷം തോന്നുന്നു, അതിനാൽ സന്തോഷകരമായ ജീവിതം നയിക്കാൻ, നമ്മുടെ ഹൃദയത്തിലൂടെ തീരുമാനങ്ങൾ എടുക്കണം.

"നിങ്ങളുടെ ഹൃദയം നിങ്ങളോട്
പറയുന്നത് മാത്രം ചെയ്യുക."

- ഡയാന രാജകുമാരി

ശക്തമായ വശം അംഗീകരിക്കുക: ശക്തമായ നിലപാട് സ്വീകരിക്കാനുള്ള നമ്മുടെ കഴിവ് നല്ല ജീവിതം നയിക്കുന്നതിൽ നിർണായക പങ്ക് വഹിക്കുന്നു. എല്ലാവരും ഏതെങ്കിലും തരത്തിൽ അല്ലെങ്കിൽ മറ്റൊരു തരത്തിൽ

ശക്തരാണ്; അത് തിരിച്ചറിയാനുള്ള ഒരു കാര്യം മാത്രമാണ്.ഒരു നല്ല ജീവിതം നയിക്കാൻ, ഒരു വ്യക്തി തന്റെ ശക്തമായ വശം ഉപയോഗിച്ച് പ്രവർത്തിക്കണം. നാം ഉറച്ച നിലപാട് സ്വീകരിക്കുകയാണെങ്കിൽ, നമ്മുടെ തീരുമാനങ്ങളും ചിന്തകളും ജീവിതശൈലിയും ഈ പോസിറ്റിവിറ്റിയെ പ്രതിഫലിപ്പിക്കുന്നു.

മുകളിലേക്കുള്ള താരതമ്യം: നിങ്ങൾ നിങ്ങളെ ആരുമായും താരതമ്യം ചെയ്യുന്നുവെങ്കിൽ, നിങ്ങൾ സ്വയം മൂല്യച്യുതി വരുത്തുകയാണ്. ആരുമായും സ്വയം താരതമ്യം ചെയ്യരുത്. നിങ്ങളുമായി മാത്രം താരതമ്യം ചെയ്യുക. ഇത് നമുക്ക് പിരിമുറുക്കം ഉണ്ടാകരുതെന്ന് ഉറപ്പാക്കും, അത് നമുക്ക് ദോഷം ചെയ്യും.

"നിങ്ങളുടെ തിന്മയെ അവരുടെ നന്മയുമായി

താരതമ്യപ്പെടുത്തുന്നതിൽ അർത്ഥമില്ല."

-നിതിൻ നാംദേവ്

ആകൃതിയിൽ തുടരുക:' ആരോഗ്യമാണ് സമ്പത്ത്,' ഇത് നമ്മൾ പലതവണ കേട്ടിട്ടുണ്ട്, ഇത് വളരെ സത്യമാണ്. നമുക്ക് അനാരോഗ്യമുണ്ടെങ്കിൽ, നമുക്ക് എങ്ങനെ ദീർഘായുസ്സ് ആശംസിക്കാം? ബലഹീനനായ ഒരാൾ തന്റെ ജീവിതത്തിന്റെ പകുതിയിലധികവും ഡോക്ടർമാരെ സന്ദർശിക്കുകയും മാനസികമായി ദുർബലനാകുകയും ചെയ്യുന്നു. നമുക്ക് അനാരോഗ്യമുണ്ടെങ്കിൽ, ഒരു ജോലിയും പൂർണ്ണഹൃദയത്തോടെയും ഉത്സാഹത്തോടെയും ചെയ്യാൻ കഴിയില്ല.

വിചിത്രമായ എന്തെങ്കിലും പ്രവർത്തിക്കുക: ആരെങ്കിലും ഒരേ ജോലി ആവർത്തിച്ച് ചെയ്താൽ അയാൾക്ക് ലൗകിക ജീവിതമായിരിക്കും. നമ്മൾ ഏകതാനമായ ജീവിതം നയിക്കുകയാണെങ്കിൽ, നമ്മൾ അത് ആസ്വദിക്കില്ല. അതിനാൽ, നിങ്ങൾക്ക് സന്തോഷം നൽകുന്ന നിങ്ങളുടെ ഇഷ്ടത്തിനനുസരിച്ച് വിചിത്രമായ എന്തെങ്കിലും ചെയ്യുക.

സന്തുഷ്ടരായിരിക്കുക: ചോയ്സുകൾ അറിയുന്നതിന് പകരം നിങ്ങളെക്കുറിച്ച് കൂടുതലറിയുന്നതാണ് നല്ലത്. ഒരു വ്യക്തി തന്റെ ഉള്ളിൽ തർക്കിക്കുന്നില്ലെങ്കിൽ, അയാൾക്ക് മറ്റുള്ളവരെ എങ്ങനെ സന്തോഷിപ്പിക്കാൻ കഴിയും? നിങ്ങളെ സന്തോഷത്തോടെ നിലനിർത്താൻ, നിങ്ങളോടൊപ്പം കുറച്ച് സമയം ചെലവഴിക്കുക, സ്വയം മനസ്സിലാക്കുക, അപ്പോൾ മാത്രമേ നിങ്ങൾക്ക് സന്തോഷകരവും സംതൃപ്തവുമായ ജീവിതം നയിക്കാൻ കഴിയൂ.

ചിരിയുടെ ഫിറ്റ് ആയുസ്സ് വർദ്ധിപ്പിക്കുന്നു: നിങ്ങളുടെ ചെറിയ പുഞ്ചിരി മറ്റുള്ളവരെ സന്തോഷിപ്പിക്കുന്നു, ഇത് നിങ്ങൾക്കും പ്രയോജനകരമാണ്. ചെറുപ്പവും കൂടുതൽ സുന്ദരിയും ആയി കാണാൻ എല്ലാവർക്കും ആഗ്രഹമുണ്ട്. നിങ്ങൾ അവരിലൊരാളാണെങ്കിൽ, പൂർണ്ണഹൃദയത്തോടെ ചിരിക്കുക. ഇത് ചെയ്യുന്നതിലൂടെ, നിങ്ങളുടെ മുഴുവൻ മുഖത്തും നിങ്ങളുടെ രക്തചംക്രമണം മെച്ചപ്പെടുന്നു, ഇത് നിങ്ങളെ ചെറുപ്പവും സുന്ദരവുമാക്കുന്നു.

"നിങ്ങൾ പ്രായമായതിനാൽ നിങ്ങൾ ചിരി നിർത്തുന്നില്ല. നിങ്ങൾ ചിരി നിർത്തുന്നത് കൊണ്ടാണ് നിങ്ങൾക്ക് പ്രായമാകുന്നത്.

-മൗറീസ് ഷെവലിയർ

❒

അധ്യായം III

ലോഗോതെറാപ്പിയിൽ നിന്നുള്ള ഇക്കിഗൈ

ഓരോ വ്യക്തിക്കും തന്നിൽത്തന്നെ ചില പ്രത്യേക സ്വഭാവങ്ങൾ ഉള്ളതുപോലെ, ഓരോ രാജ്യത്തിനും സവിശേഷമായ ജീവിതരീതിയും ഉണ്ട്, അത് സവിശേഷമായ സാഹചര്യങ്ങൾക്കനുസരിച്ച് 24 മണിക്കൂറും വികസിച്ചുകൊണ്ടിരിക്കുന്നു. അതിനനുസരിച്ച്, ഞങ്ങളുടെ ജാപ്പനീസ് ജീവിതശൈലിയും ലോഗോതെറാപ്പിയിൽ നിന്ന് അഭിവൃദ്ധി പ്രാപിക്കുകയും ഒടുവിൽ ഇക്കിഗായിയിൽ കലാശിക്കുകയും ചെയ്തു.

എന്താണ് ലോഗോതെറാപ്പി?

ലോഗോതെറാപ്പി ജീവിതം നയിക്കാനുള്ള നല്ല ഉദ്ദേശ്യങ്ങളെ പ്രതിനിധീകരിക്കുന്നു. ന്യൂറോളജിസ്റ്റും സൈക്കോളജിസ്റ്റുമായ വിക്ടർ ഫ്രാങ്കലാണ് ലോഗോതെറാപ്പി വികസിപ്പിച്ചെടുത്തത്. ഏതൊരു വ്യക്തിയുടെയും പ്രാഥമിക പ്രചോദനം ജീവിതത്തിന്റെ അർത്ഥം അന്വേഷിക്കുകയാണെന്ന വിശ്വാസത്തെ അടിസ്ഥാനമാക്കിയാണ് അദ്ദേഹം അത്. (ഇത് "മൂന്നാം വിയന്നീസ് സ്കൂൾ ഓഫ് സൈക്കോതെറാപ്പി" എന്ന് വിശേഷിപ്പിക്കപ്പെടുന്നു, ഫ്രോയിഡിന്റെ മനോവിശ്ലേഷണവും അഡ്ലറുടെ മനഃശാസ്ത്രവുമാണ് മറ്റ് രണ്ടെണ്ണം.)

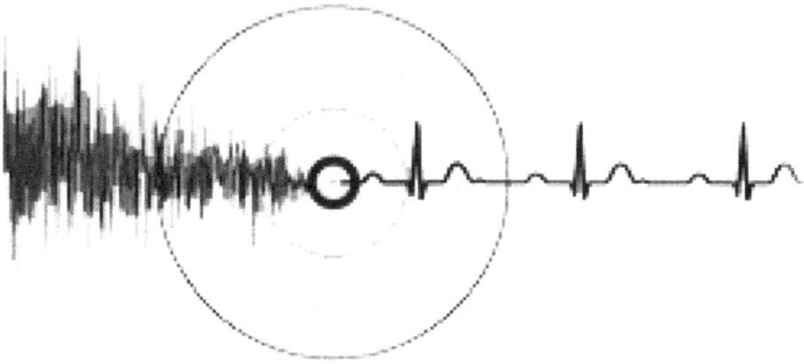

ആൽഫ്രഡ് അഡ്ലറുടെയും നീച്ചയുടെയും അധികാരത്തോടുള്ള ഇഷ്ടത്തിനോ ഫ്രോയിഡിന്റെ പ്രീതി സിദ്ധാന്തത്തിനോ വിപരീതമായ കീർക്കെഗാഡിന്റെ അർത്ഥത്തിൽ ശ്രദ്ധ കേന്ദ്രീകരിക്കുന്ന അസ്തിത്വ വിശകലനത്തിലാണ് ലോഗോതെറാപ്പി രൂപപ്പെടുത്തിയിരിക്കുന്നത്. സാധ്യതകൾ അല്ലെങ്കിൽ നിർവ്വഹണത്തിനുപകരം, ജീവിതത്തിന്റെ അർത്ഥം കണ്ടെത്തുന്നതിനുള്ള ബോധ്യത്തെ അടിസ്ഥാനമാക്കിയുള്ളതാണ് ലോഗോതെറാപ്പി പ്രാഥമികവും ഊർജ്ജസ്വലവുമായ പ്രചോദനാത്മക ശക്തി. ഫ്രാങ്കിന്റെ പ്രശസ്തമായ പുസ്തകമായ 'മാൻസ് സെർച്ച് ഫോർ അർഥത്തിൽ' ഈ സംവിധാനത്തിന്റെ ആമുഖം നൽകിയിട്ടുണ്ട്. ഹോളോകോസ്റ്റ് അനുഭവങ്ങളിൽ നിന്ന് രക്ഷപ്പെടാൻ തന്റെ തത്വങ്ങൾ സഹായിച്ചതെങ്ങനെയെന്നും ആ അനുഭവം തന്റെ തത്ത്വങ്ങളെ എങ്ങനെ കൂടുതൽ പോഷിപ്പിക്കുകയും അഭിവൃദ്ധിപ്പെടുത്തുകയും ചെയ്തുവെന്ന് അദ്ദേഹം പരാമർശിക്കുന്നു. നിലവിൽ, ലോകമെമ്പാടും നിരവധി ലോഗോതെറാപ്പി സെന്ററുകളുണ്ട്.

ലോഗോതെറാപ്പിയുടെ സിദ്ധാന്തം ഗ്രീക്ക് പദമായ 'ലോഗോ' (കാരണം) ൽ നിന്നാണ് ഉത്ഭവിച്ചത്. ഫ്രാങ്ക്ളിന്റെ സിദ്ധാന്തം, ഏതൊരു വ്യക്തിയുടെയും പ്രാഥമിക പ്രചോദനം ജീവിതത്തിന്റെ അർത്ഥം അന്വേഷിക്കുക എന്നതിനെ ആശ്രയിച്ചിരിക്കുന്നു.

ഇനിപ്പറയുന്ന തത്വങ്ങളുടെ പട്ടിക ലോഗോതെറാപ്പിയുടെ യഥാർത്ഥ സിദ്ധാന്തത്തെ

പ്രതിനിധീകരിക്കുന്നു: ജീവിതത്തിന്റെ അർത്ഥം എല്ലാ സാഹചര്യങ്ങളിലും, ദയനീയമായ സാഹചര്യങ്ങളിലും കണ്ടെത്താനാകും.

ജീവിതത്തിന്റെ അർത്ഥം അന്വേഷിക്കാനുള്ള നമ്മുടെ ആഗ്രഹമാണ് ജീവിക്കാനുള്ള നമ്മുടെ പ്രധാന പ്രചോദനം.

നാം ചെയ്യുന്നത്, നാം അനുഭവിക്കുന്നത് അല്ലെങ്കിൽ കുറഞ്ഞപക്ഷം തുടർച്ചയായ വേദനകൾ നേരിടുമ്പോൾ, ആ സാഹചര്യത്തിൽ, ജീവിതത്തിന്റെ അർത്ഥം അന്വേഷിക്കാനുള്ള സ്വാതന്ത്ര്യം നമുക്കുണ്ട്.

ലോഗോതെറാപ്പിയുടെ വിവിധ വിശ്വാസങ്ങളുടെ പശ്ചാത്തലത്തിലാണ് മനുഷ്യാത്മാവ് നിലനിൽക്കുന്നത്. പക്ഷേ, "ആത്മാവ്" എന്ന വാക്കിന്റെ ഉപയോഗം ആത്മീയമോ മതപരമോ അല്ല. ഫ്രാങ്കളിന്റെ വീക്ഷണത്തിൽ ആത്മാവ് മനുഷ്യന്റെ ഇഷ്ടമാണ്. അതിനാൽ, അർത്ഥത്തിനായുള്ള തിരയലിലാണ് ഊന്നൽ, അത് ദൈവത്തെയോ ഏതെങ്കിലും അമാനുഷിക വ്യക്തിയെയോ അന്വേഷിക്കണമെന്നില്ല. ജീവിതത്തിന്റെ അർത്ഥം അന്വേഷിക്കാൻ മനുഷ്യരാശിക്കുള്ള എല്ലാ തടസ്സങ്ങളും ഫ്രാങ്ക്ൾ കുറിച്ചു. അർത്ഥം അന്വേഷിക്കുന്ന "സമൃദ്ധി, ആനന്ദം, ഭൗതികത എന്നിവയ്ക്കെതിരെ" അദ്ദേഹം മുന്നറിയിപ്പ് നൽകി.

പോസിറ്റീവ് സൈക്കോളജിക്കൽ സിസ്റ്റത്തിന്റെ തത്വങ്ങൾ നിർവചിച്ചവരോടൊപ്പം ലോഗോതെറാപ്പിയെക്കുറിച്ചുള്ള ഫ്രാങ്ക്ലിന്റെ രചനയിൽ ആവേശം, ജീവിതത്തിലെ അർത്ഥം, അസ്തിത്വം, വാക്യം, അർത്ഥത്തിനായുള്ള ഇച്ഛ എന്നിവ പ്രത്യക്ഷപ്പെടുന്നു. അർഥത്തിനുവേണ്ടിയുള്ള ആരുടെയെങ്കിലും കാസ്റ്റ് തടസ്സപ്പെടുമ്പോൾ, അത് ആ വ്യക്തിക്ക് മാനസികമായി ഹാനികരമാകുമെന്ന് ഫ്രാങ്ക് നിരീക്ഷിച്ചു.

ശുഭാപ്തിവിശ്വാസമുള്ള ജീവിതം ഒരു ലക്ഷ്യം, വ്യക്തത, ദൃഢമായ ബോധ്യം, ഗ്രൂപ്പ് അംഗത്വങ്ങൾ, ഒരു കാരണത്തോടുള്ള ആസക്തി, പെരുമാറ്റ പെരുമാറ്റം, ജീവിതത്തിന്റെ അമൂർത്തീകരണം എന്നിവയുമായി ചേർന്നതാണ്. പ്രായപൂർത്തിയായതിലും പക്വത പ്രാപിച്ച തത്വങ്ങളിലും, ജീവിതത്തിന്റെ അമൂർത്തീകരണത്തിൽ ഉദ്ദേശ്യം ഉൾപ്പെടുന്നു. പക്വത ജീവിതത്തിന്റെ ഉദ്ദേശ്യം, ദിശകൾ, ഉദ്ദേശ്യങ്ങളുടെ വ്യക്തമായ ഉൾക്കാഴ്ച എന്നിവ ഊന്നിപ്പറയുന്നു, ഇത് ജീവിതം മൂല്യവത്താണെന്ന ഈ തോന്നലിന് കാരണമാകുന്നു.

ഒരു വ്യക്തിയുടെ ജീവിതത്തിന്റെ അർത്ഥവും പ്രേരണയും കണക്കാക്കുന്ന ക്രംബോഗ്, മഹോലിച്ചിന്റെ "പർപ്പസ് ഇൻ ലൈഫ്" (പിഐഎൽ) എന്നിവയിലൂടെ ഫ്രാങ്കളിന്റെ ചിന്തകൾ പരീക്ഷണങ്ങളിൽ ഉൾപ്പെടുത്തിയിട്ടുണ്ട്. പരീക്ഷണങ്ങൾ പരിശോധിച്ചപ്പോൾ, ജീവിതത്തിന്റെ അർത്ഥം മതത്തിന്റെയും ക്ഷേമത്തിന്റെയും ബന്ധങ്ങൾ, അനിയന്ത്രിതമായ പിരിമുറുക്കങ്ങൾ, മദ്യപാനത്തിന്റെ ഉപയോഗം, വിഷാദം, സ്വയം എന്നിവയ്ക്കിടയിൽ മധ്യസ്ഥത വഹിക്കുന്നുണ്ടെന്ന് അവർ കണ്ടെത്തി.
ദുരുപയോഗം. പൊതു ഇന്റർനെറ്റ് അപേക്ഷകൾക്ക് (പിഐഎൽ) ഒരു അനുബന്ധ പരിഹാരമാണ് സീക്കിംഗ് ഓഫ് നോറ്റിക് ഗോളുകൾ (സോംഗ്) ടെസ്റ്റ് എന്ന് ക്രംബോ കണ്ടെത്തി. പൊതുക്ഷേമ ഹർജികൾ അർത്ഥത്തിന്റെ സാന്നിധ്യം അളക്കുമ്പോൾ, SONG അർത്ഥത്തിലേക്കുള്ള ചായ്വ് അളക്കുന്നു. പൊതുക്ഷേമ ഹർജികളിലെ ഒരു സ്കോറും ഗാനത്തിലെ ഉയർന്ന സ്കോറും ലോഗോതെറാപ്പിയുടെ പ്രയോഗത്തിൽ മികച്ച ഫലങ്ങൾ പ്രവചിക്കും.

ലോഗോ- പരിഹാര സംവഹനവും പുനരധിവാസവും

സമ്മർദ്ദത്തിന് മേലുള്ള ചാർജ്ജ്: നമ്മുടെ അവസ്ഥയുടെ ലക്ഷ്യത്തിലേക്ക് വിരൽ വെച്ചുകൊണ്ട് സമ്മർദ്ദം നിയന്ത്രിക്കാനാകും. ലോഗോതെറാപ്പിയുടെ ഉപയോഗത്തെക്കുറിച്ച്, ന്യൂയോർക്ക് ടൈംസ് എഴുത്തുകാരനായ ടിം സാൻഡേഴ്സ് നടത്തിയ

പ്രഭാഷണങ്ങളുണ്ട്, അതിൽ അദ്ദേഹം തന്റെ സഹ എയർലൈനിലെ യാത്രക്കാരോട് അവരുടെ യാത്രയുടെ ഉദ്ദേശ്യങ്ങൾ ചോദിച്ച് അവരുടെ പിരിമുറുക്കങ്ങളിൽ നിന്ന് രക്ഷപ്പെടാൻ ഈ സിദ്ധാന്തം എങ്ങനെ ഉപയോഗിക്കുന്നു എന്ന് അദ്ദേഹം പങ്കിടുന്നു. അവൻ അത് ചെയ്യുമ്പോൾ, അവന്റെ സഹയാത്രികരുടെ സമ്പൂർണ സ്കൂൾ എന്ന ചിന്ത മാറുന്നു, അവർ എത്രമാത്രം വിജനമായിരുന്നാലും, അവർ യാത്രയിലുടനീളം തർക്കിച്ചുകൊണ്ടിരിക്കും. എല്ലാം കണക്കിലെടുക്കുമ്പോൾ, ഒരു വഴിപിഴച്ച മനുഷ്യന് തന്റെ കഴിവില്ലായ്മയുടെയും ജീവിതത്തിന്റെ അർത്ഥമില്ലായ്മയുടെയും ഫലമാണ് തന്റെ സമ്മർദ്ദമെന്ന് മനസ്സിലാക്കാൻ കഴിയില്ലെന്നായിരുന്നു ഫ്രാങ്ക്ളിന്റെ വിശ്വാസം.

ന്യൂറോസിസ് സുഖപ്പെടുത്തുന്നു: രണ്ട് ഭ്രാന്തൻ രോഗ ഘടകങ്ങളുടെ ഉദാഹരണം ഫ്രാങ്ക് പ്രസ്താവിക്കുന്നു: -ആദ്യത്തേത് അമിത നിർണ്ണയം --ഏതെങ്കിലും പോയിന്റിനെ കുറിച്ചുള്ള ശക്തമായ ഒരു ആശയം അതിന്റെ അവസാനം എത്തിച്ചേരാനാകാത്തതാണ്. മറ്റൊന്ന് ഭാവനാത്മകമായ പ്രതിഫലനങ്ങളാണ് ---മുൻകൂട്ടി തീരുമാനിച്ചതാണെന്ന് കരുതുന്ന ന്യൂറോസിസിൽ നിന്ന് രക്ഷപ്പെടാൻ ശ്രമിക്കുന്ന സ്വയം കൂടുതൽ ശ്രദ്ധ. പ്രതീക്ഷിക്കുന്ന സമ്മർദ്ദം നീക്കം ചെയ്യുന്നതിനും തത്ഫലമായുണ്ടാകുന്ന ന്യൂറോസിസ് സുഖപ്പെടുത്തുന്നതിനും, ലോഗോതെറാപ്പി വിരോധാഭാസപരമായ ഉദ്ദേശ്യങ്ങൾ നൽകുന്നു, അതിൽ രോഗി തന്റെ ഏറ്റവും ആവശ്യമുള്ള തീവ്രതയ്ക്ക് വിപരീതമായി ചെയ്യാൻ ആഗ്രഹിക്കുന്നു.

പ്രക്ഷുബ്ധനായ ഒരു വ്യക്തി (മുൻകൂട്ടി സമ്മർദ്ദം ചെലുത്തുന്ന ഒരാൾ) ഉറക്കമില്ലായ്മയായിത്തീരുന്നു, ഉറങ്ങാൻ വളരെ കഠിനമായി ശ്രമിക്കും (ആശയങ്ങളെ കുറിച്ച് ചിന്തിക്കുക), അവരുടെ കഴിവുകൾക്കും തടസ്സങ്ങൾ കൂട്ടിച്ചേർക്കും. ഒരു ലോഗോ തെറാപ്പിസ്റ്റ് വ്യക്തി ഉറങ്ങാൻ പോയി പുല്ല് അടിക്കണമെന്ന് ശുപാർശ ചെയ്യും. അവനെ ഉണർത്തുന്ന തന്റെ നിലവിലുള്ള പിരിമുറുക്കങ്ങൾ അവൻ ഇല്ലാതാക്കും. ഇതോടെ, നിശ്ചിത സമയത്തേക്ക് നോക്കൗട്ട് ചെയ്യാൻ അനുവദിച്ചു.

വിഷാദം: വിഷാദം മാനസികവും ശാരീരികവും ആത്മീയവുമായ തലത്തിലുള്ളതാണെന്ന് വിക്ടർ ഇ ഫ്രാങ്ക് വിശ്വസിച്ചു. മാനസിക തലത്തിൽ, കഴിവുകൾക്കപ്പുറമുള്ള പ്രവർത്തനത്തിൽ നിന്ന് അപര്യാപ്തമായ വികാരങ്ങൾ പ്രത്യക്ഷപ്പെടുമെന്ന് അദ്ദേഹം വിശ്വസിച്ചു. ശാരീരിക തലത്തിൽ, അദ്ദേഹം പ്രധാനപ്പെട്ട നിയമങ്ങളെ സാധൂകരിച്ചു, അത് ശാരീരിക ഊർജ്ജത്തിന്റെ ദൗർലഭ്യമായി അദ്ദേഹം നിർവചിച്ചു. അവസാനം, ആത്മീയ തലത്തിൽ, വിജനമായ ആളുകൾ തങ്ങൾ ആരാണെന്നും ഈ സന്ദർഭത്തിൽ അവർ എന്തായിരിക്കണം എന്നതിന്റെ സമ്മർദ്ദത്തെ അഭിമുഖീകരിക്കുന്നുവെന്ന് ഫ്രാങ്ക് വിശ്വസിച്ചു. ഉദ്ദേശ്യം അപ്രാപ്യമാണെന്ന് തോന്നുകയാണെങ്കിൽ, ആ വ്യക്തിക്ക് ഭാവിയിലെ വികാരം നഷ്ടപ്പെടും, അങ്ങനെ അത് വിഷാദത്തിലേക്ക് നയിക്കുന്നു. ഈ രീതിയിൽ, ലോഗോതെറാപ്പിയുടെ ഉദ്ദേശ്യം "രോഗത്തോടൊപ്പം ജീവിതത്തോടുള്ള രോഗിയുടെ കാഴ്ചപ്പാട് മാറ്റുക" എന്നതാണ്.

കംപൽസീവ് ഒബ്സസീവ് ഡിസോർഡർ (COD)

ഒബ്സസീവ് കംപൾസീവ് ഡിസോർഡർ ബാധിച്ച ആളുകൾക്ക് മറ്റ് മിക്ക ആളുകളുടെയും മഹത്വത്തിന്റെ ഒരു വികാരം ഇല്ലെന്ന് ഫ്രാങ്ക് കരുതി. ആവർത്തിച്ചുള്ള ചിന്തകളുമായോ ആവർത്തിച്ചുള്ള പ്രവൃത്തികളുമായോ പോരാടുന്നതിനോ രോഗത്തിന്റെ വ്യക്തിപരമായ അടയാളങ്ങൾ മാറ്റുന്നതിനോ ശ്രദ്ധ കേന്ദ്രീകരിക്കുന്നതിനുപകരം ന്യൂറോസിസിനെക്കുറിച്ചുള്ള അവരുടെ ന്യൂറോട്ടിക് വീക്ഷണത്തിൽ ഡോക്ടർമാർ മാറ്റം വരുത്തണം. അതിനാൽ, രോഗി "അവന്റെ ഭ്രാന്തമായ ചിന്തകൾക്ക് ഉത്തരവാദിയല്ല", എന്നാൽ "തീർച്ചയായും ഈ ചിന്തകളോടുള്ള അവന്റെ വീക്ഷണങ്ങൾക്ക് അവൻ ഉത്തരവാദിയാണ്" എന്ന് കൃത്യമായി ചൂണ്ടിക്കാണിക്കുന്നത് പ്രബലമാണ്. പൂർണതയിലേക്കുള്ള രോഗിയുടെ ചായ്വ് കൃത്യമായി ചൂണ്ടിക്കാണിക്കേണ്ടത് അത്യാവശ്യമാണെന്ന്

ഫ്രാങ്ക്ൽ ഉപദേശിച്ചു. അത് ഭാഗ്യത്തിന്റെ രൂപത്തിൽ അറിവിൽ ഉൾപ്പെടുത്തുകയും ചില അപകടകരമായ പോയിന്റുകൾ സ്വീകരിക്കുകയും വേണം. ഉപസംഹാരമായി, ലോഗോതെറാപ്പിയുടെ അടിസ്ഥാനത്തിൽ ആളുകൾ അവരുടെ നിന്ദ്യമായ ചിന്തകളിലേക്ക് കണ്ണുകൾ അടയ്ക്കുകയും ഈ ചിന്തകൾക്കിടയിലും ജീവിതത്തിന്റെ അർത്ഥത്തെക്കുറിച്ച് സംസാരിക്കുകയും വേണം.

മാനസിക വൈകല്യങ്ങളുടെ ഒരു വിഭാഗം:

ലോഗോതെറാപ്പിയുടെ ഉദ്ദേശം ഗുരുതരമായ വൈകല്യങ്ങളുമായി പൊരുത്തപ്പെടുന്നില്ലെങ്കിലും. സ്കീസോഫ്രീനിയ ബാധിച്ച ആളുകൾക്ക് ലോഗോതെറാപ്പി സൗകര്യം നൽകുമെന്ന് ഫ്രാങ്ക് വിശ്വസിച്ചു. ശാരീരിക അലസതയിൽ സ്കീസോഫ്രീനിയയുടെ വേരുകൾ അദ്ദേഹം തിരിച്ചറിഞ്ഞു. ഈ രോഗത്തിൽ, സ്കീസോഫ്രീനിയ ബാധിച്ച രോഗി, ഒരു വിഷയത്തിന് പകരം ഒരു വസ്തുവായി സ്വയം കരുതുന്നു. സ്കീസോഫ്രീനിയ ബാധിച്ച ഒരു വ്യക്തിയെ ശബ്ദങ്ങൾ അവഗണിക്കാനും തുടർച്ചയായി സ്വയം നിർത്താനും പഠിപ്പിക്കാമെന്ന് ഫ്രാങ്ക്ൽ ഉപദേശിച്ചു. അവലോകന കാലയളവിൽ, സ്കീസോഫ്രീനിക് വ്യക്തിയെ പോസിറ്റീവ് പ്രവർത്തനങ്ങളിലേക്ക് കൊണ്ടുപോകണം, കാരണം "സ്കീസോഫ്രീനിയക്കാർക്ക് പോലും ആ രോഗത്തിനുള്ള ഭാഗ്യവും സ്വാതന്ത്ര്യവും നിലനിൽക്കുന്നു, അത് മനുഷ്യർക്ക് എല്ലായ്പ്പോഴും ഉണ്ടായിരിക്കും, അവൻ എത്ര രോഗിയാണെങ്കിലും, ജീവിതത്തിന്റെ എല്ലാ സാഹചര്യങ്ങളിലും ഓരോ നിമിഷത്തിലും, അവസാന നിമിഷം വരെ."

ഇക്കിഗൈയുടെ ഉദ്ദേശം

നമ്മൾ ജാപ്പനീസ്, ലോഗോതെറാപ്പിയിൽ നിന്നാണ് ഇക്കിഗൈ സിദ്ധാന്തം വികസിപ്പിച്ചെടുത്തത്. നമ്മുടെ ഭാഷയിൽ എ "ഇകിഗൈ" എന്ന വാക്കിന്റെ ആഴത്തിലുള്ള അർത്ഥം. "ഇകി" എന്നാൽ "ജീവൻ" എന്നും "ഗായി" എന്നാൽ "വില അല്ലെങ്കിൽ മൂല്യം" എന്നും സൂചിപ്പിക്കുന്നു. ഈ രീതിയിൽ, ഇക്കിഗൈ എന്നാൽ 'ജീവന്റെ മൂല്യം

അല്ലെങ്കിൽ ജീവിച്ചിരിക്കാനുള്ള കാരണം ജപ്പാനിൽ ഇത്

ഒരു പ്രത്യേക രീതിയിലാണ് കാണുന്നത്. ഒരാളുടെ ജീവിതത്തിന്റെ ഈ മൂല്യം മറ്റൊരാൾക്ക് തീരുമാനിക്കാൻ കഴിയില്ലെന്ന് ചിലർ വിശ്വസിക്കുന്നു. തന്റെ ജീവിതത്തിന്റെ മൂല്യം എന്താണെന്ന് സ്വയം തീരുമാനിക്കണം. അവൻ എന്തിനാണ് ജീവിച്ചിരിക്കുന്നതെന്ന് മനസ്സിലാക്കുമ്പോൾ മാത്രമേ അത് സാധ്യമാകൂ?

നമ്മുടെ ജീവിതത്തിൽ പാലും തേനും ഉള്ളതിന് ബേക്കൺ എങ്ങനെ വീട്ടിലേക്ക് കൊണ്ടുവരുന്നു എന്നറിയാൻ നമ്മളിൽ മിക്കവർക്കും ആകാംക്ഷയുണ്ടോ? സ്വയം സമാധാനിപ്പിക്കാൻ നാം ആശ്രയിക്കുന്നത് ഏത് ആവശ്യകതകളെയാണ്? നമ്മുടെ ബന്ധുക്കളും സുഹൃത്തുക്കളും നമ്മോട് അസൂയപ്പെടാൻ ഏത് ഹോബിയാണ് നിറവേറ്റേണ്ടത്? ഇവയിൽ, ഇക്കിഗായിയും ഉണ്ട്, അത് ചോദിക്കുന്നു: "നിങ്ങൾക്കറിയാമോ, നിങ്ങൾ എന്തിനാണ് ജീവിച്ചിരിക്കുന്നത്?" നിങ്ങളുടെ ബാങ്ക് ബാലൻസിന് മാത്രമാണോ? അതോ ഡ്യൂപ്ലെക്സിനോ നാല് ബിഎച്ച്കെക്കോ? അതോ പ്രീമിയം അടക്കണോ? നമ്മൾ വിഭാവനം ചെയ്താൽ, തർക്കിച്ച ജീവിതത്തിന്റെ താക്കോൽ എന്താണ്? ജീവിതത്തെ നിരീക്ഷിക്കാനുള്ള ആളുകളുടെ കാഴ്ചപ്പാട് വ്യതിചലിക്കുന്നതാണെന്ന് ഇക്കിഗായി പ്രസ്താവിക്കുന്നു. ഇത് നേരത്തെയും നടന്നിരുന്നു, എന്നാൽ 21-ാം നൂറ്റാണ്ടിൽ ആളുകളുടെ വികാരങ്ങൾ വെളിച്ചത്തിലാണ്. പണത്തിനപ്പുറമുള്ള ചിന്തയാണിത്.

പണം എല്ലാമല്ല. ഇതിനപ്പുറം ചിന്തിക്കുക. സ്വയം ചിന്തിക്കുക, നിങ്ങൾ എന്തിനാണ് ജീവിക്കുന്നതെന്ന് കാണുക? നിങ്ങളുടെ അക്കൗണ്ടിലെ പണം, ഒരു ആഡംബര കോളനിയിലെ ഒരു വീട്, നിങ്ങളുടെ വീട്ടുവാതിൽക്കൽ ഒരു തിളങ്ങുന്ന കാർ, ഈ ഘടകങ്ങളെല്ലാം എപ്പോഴും ചിന്തിച്ചുകൊണ്ട്, നിങ്ങളുടെ യഥാർത്ഥ ജീവിതം പാഴാക്കുന്നില്ലേ? ജീവൻ നിലവിലില്ലെങ്കിൽ നിങ്ങളുടെ ജീവിതത്തിന്റെ മൂല്യം എന്താണ്? നിങ്ങളുടെ ജോലിയുമായി ബന്ധപ്പെട്ടിരിക്കുന്ന നിങ്ങളുടെ സാമൂഹിക ഐഡന്റിറ്റിയിൽ ചേരുന്നതിലൂടെയും നിങ്ങളുടെ ജീവിത റേറ്റിംഗായ നിങ്ങളുടെ വ്യക്തിഗത ഐഡന്റിറ്റിയിൽ ചേരുന്നതിലൂടെയും നിങ്ങൾ ഇക്കിഗായി ലക്ഷ്യമിടുന്ന പോയിന്റിലെത്തുന്നു. ഓഫീസ് ജോലിയോ, നിങ്ങളുടെ ബിസിനസ്സോ അല്ലെങ്കിൽ നിങ്ങളുടെ ഹോബിയോ, സൗഹൃദമോ, സാമൂഹിക പ്രവർത്തനമോ, കറങ്ങിനടക്കുന്നതോ ആകട്ടെ, നിങ്ങൾ എന്ത് ചെയ്താലും എപ്പോൾ ചെയ്താലും അത് നിങ്ങളുടെ ഇക്കിഗായിയുടെ ക്രെഡിറ്റ് സ്കോറിൽ നിക്ഷേപിക്കപ്പെടുന്നു.

ഞങ്ങളുടെ അഭിപ്രായത്തിൽ, ഓരോ വ്യക്തിക്കും ഒരു ഇക്കിഗൈ ഉണ്ട്. ജാപ്പനീസ് ഭാഷയിൽ, ഇക്കിഗൈ എന്നാൽ രാവിലെ എഴുന്നേൽക്കാനുള്ള കാരണം എന്നാണ് അർത്ഥമാക്കുന്നത്. ഇത് ജീവിതത്തിന്റെ യുക്തിയാണ് അല്ലെങ്കിൽ സന്തോഷകരമായ ജീവിതത്തിന്റെ കാരണമാണ്.

മുറിച്ച വൃത്തത്തിനുള്ളിലെ പ്രദേശത്തെ ഒരാളുടെ ഇക്കിഗായി എന്ന് വിളിക്കുന്നു. ജീവിത വൃത്തങ്ങൾക്കുള്ളിൽ എഴുതിയിരിക്കുന്ന കാര്യങ്ങളുടെ കുറവുണ്ടെങ്കിൽ, നിങ്ങൾ ഒരു സമ്പൂർണ്ണ ജീവിതമല്ല ജീവിക്കുന്നത്. ഇതുമാത്രമല്ല, ഈ ദൗർലഭ്യം ഒരുവന്റെ ഹൃദയത്തെ സുസ്ഥിരവും സംതൃപ്തവുമായ ജീവിതത്തെ ബാധിച്ചേക്കാം.

- ജോലിയിൽ സ്വന്തം അഭിനിവേശം തേടുന്നത് പാശ്ചാത്യ രാജ്യങ്ങളിൽ നിന്ന് വന്നതാണെന്നാണ് നിശബ്ദ ഭൂരിപക്ഷത്തിന്റെ അഭിപ്രായം, പക്ഷേ അത്

ശരിയല്ല. മുകളിൽ സൂചിപ്പിച്ച, ഇക്കിഗായി എന്നത് നമ്മുടെ ജപ്പാനിൽ നവീകരിച്ച ഒരു പദമാണെന്നും അതിന്റെ അനുബന്ധ ആശയങ്ങൾ വ്യത്യസ്ത സംസ്കാരങ്ങളിലും ലഭ്യമാണെന്നും ഞങ്ങൾ സ്വാംശീകരിച്ചു. ഇനിപ്പറയുന്ന പരാമർശിച്ച പരിഗണനകൾ ഇക്കിഗായിയുടെ വിഭാഗത്തിൽ പെടുന്നതിന് തൃപ്തികരമാണെന്ന് നമുക്ക് പെട്ടെന്ന് വീണ്ടും ഓർമ്മിക്കാം:

- നിങ്ങൾ ഇഷ്ടപ്പെടുന്ന കാര്യം.
- നിങ്ങൾ പ്രാവീണ്യമുള്ള എന്തെങ്കിലും.
- എന്താണ് ലോകസാഹചര്യങ്ങൾ. ഒപ്പം,
- നിങ്ങൾക്ക് പണം ലഭിക്കുന്ന കാര്യം.

അതിനാൽ, ഒരാളുടെ കാര്യത്തിൽ, മേൽപ്പറഞ്ഞ നാല് കാര്യങ്ങൾ നിറവേറ്റുന്ന ഏതൊരു പ്രവർത്തനവും, ഒരാൾക്ക് അവനെ ഇക്കിഗൈ എന്ന് വിളിക്കാം.

നിങ്ങളുടെ വിശ്വാസ ലേഖനത്തിലെ പ്രചോദനം കണ്ടെത്തുക: വ്യത്യസ്ത സമീപനങ്ങളിലൂടെ ആളുകൾക്ക് അവരുടെ അഭിനിവേശം അല്ലെങ്കിൽ ഇക്കിഗായി തിരയാൻ കഴിയും. ഏതെങ്കിലും ജീവിതത്തെ മാറ്റിമറിക്കുന്ന അവ്യക്തമായ അനുഭവങ്ങൾ, ആഴത്തിലുള്ള ആന്തരിക ചർച്ചകൾ, നിങ്ങളുടെ ജീവിതത്തിന്റെ ദിശ മാറ്റുന്ന പെട്ടെന്നുള്ള ഒരു സംഭവം എന്നിവ ജീവിതത്തിന്റെ ഒരു പ്രചോദനം അവതരിപ്പിക്കും. ഒരാൾ ശ്രദ്ധിക്കുന്ന ശക്തമായ ഉദ്ദേശ്യത്തിനായി തിരയുന്നത് അവനോട് സത്യസന്ധത പുലർത്തും, പ്രയാസകരമായ സാഹചര്യങ്ങളിൽ പോലും അവൻ ശ്രദ്ധ കേന്ദ്രീകരിക്കും. "ലോകത്തിൽ എന്ത് മാറ്റങ്ങളാണ് ഞാൻ കാണാൻ ആഗ്രഹിക്കുന്നത്?" എന്ന് തുടക്കത്തിൽ തന്നെ ഒരാൾക്ക് സ്വയം ചോദ്യം ചെയ്യാം.

നിങ്ങളുടെ മനസ്സിൽ നിന്ന് പുറത്തെടുത്ത് മുട്ടുകുത്തുക: നിങ്ങൾ ഒരു ബഹുസ്വരതയുള്ള ആളാണെങ്കിൽ അല്ലെങ്കിൽ ശരിയായ നിമിഷത്തിനായി കാത്തിരിക്കുകയാണെങ്കിൽ, നിങ്ങളുടെ അഭിനിവേശം

പിന്തുടരാൻ പ്രായമില്ലെന്ന് നിങ്ങൾ അറിഞ്ഞിരിക്കണം. മാർക്ക് സക്കർബർഗ് 19-ാം വയസ്സിൽ ഫേസ്ബുക്ക് സ്ഥാപിച്ചു, മറുവശത്ത്, ചാൾസ് ഫ്ലിന്റ് 61-ാം വയസ്സിൽ IBM സ്ഥാപിച്ചു. പലതവണ ശ്രമിച്ചുകൊണ്ടോ ഗർഭം അലസുകയോ ചെയ്തുകൊണ്ട് യഥാർത്ഥ അഭിനിവേശം തിരിച്ചറിയാനാകും. ഈ സംരംഭത്തിൽ, നിങ്ങളുടെ ലക്ഷ്യം നടപ്പിലാക്കാൻ നിങ്ങളെ പ്രോത്സാഹിപ്പിക്കുന്ന ഓരോ ഘട്ടവും പരമപ്രധാനമാണ്. നിങ്ങൾ വളരെയധികം അഭിനിവേശം പിന്തുടരുകയാണെങ്കിൽ, നിങ്ങളുടെ ലിസ്റ്റ് ആദ്യ രണ്ടിൽ ഏതെങ്കിലും ഒന്നായി കുറയ്ക്കണമെന്ന് അറിയിക്കുന്നതിൽ ഞാൻ സന്തോഷിക്കുന്നു. എന്നിട്ട് അവ രണ്ടും തീക്ഷ്ണമായി സൂക്ഷിക്കുക, നിങ്ങൾക്ക് ഇഷ്ടമുള്ളത് ചെറി തിരഞ്ഞെടുത്തു.

ഒരേ അഭിനിവേശമുള്ള ആളുകളുമായി സഹവസിക്കുക: ഒരേ അഭിരുചിയും ഇഷ്ടവുമുള്ള ആളുകളുമായി ആശയവിനിമയം നടത്തുക. നിങ്ങളുടെ അഭിനിവേശം പരീക്ഷിച്ചവരുമായി സംവദിക്കുക. അവരോടൊപ്പം തോളിൽ ഉരസുന്നത് നിങ്ങൾക്ക് പരസ്പരം സങ്കൽപ്പങ്ങൾ പരിചയപ്പെടുത്തുകയും കൈ കുലുക്കാനുള്ള അവസരം നൽകുകയും ചെയ്യും. അവരുടെ തെറ്റുകളിൽ നിന്ന് നിങ്ങൾക്ക് പഠിക്കാം, അവരുടെ തെറ്റുകളെക്കുറിച്ചും അവർ നിങ്ങളോട് പറയും. നേരെമറിച്ച്, നിങ്ങൾ ഒറ്റയ്ക്ക് പ്രവർത്തിക്കുകയാണെങ്കിൽ, നിങ്ങളുടെ സാന്നിധ്യം അനുഭവപ്പെടുത്തുന്നത് അസാധ്യമായിരിക്കില്ല, മറിച്ച് നട്ടെല്ല് തകർക്കുന്നതാണ്. ഒരേ അഭിരുചിയുള്ള ആളുകൾ ഒരുമിച്ച് കൈകോർക്കുമ്പോൾ അത് ആരോഗ്യകരമായ കളിയും പോരാട്ടവുമാകും.

അതിനാൽ, വണ്ടർകൈൻഡുകൾ തിരഞ്ഞെടുക്കുന്നത് എളുപ്പമാകും.

റോഡിലെ തടസ്സങ്ങളിൽ അസ്വസ്ഥരാകരുത്:ഒരാളുടെ ഹൃദയം കേൾക്കുമ്പോൾ, ഒരു വ്യക്തി തന്റെ അഭിനിവേശം അല്ലെങ്കിൽ ഇക്കിഗായി പിന്തുടരാൻ തീരുമാനിക്കുന്നു, തുടർന്ന് അജ്ഞാതമായ റോഡുകളിൽ തടസ്സങ്ങളുണ്ട്.

കൂടെ നടക്കാൻ ആളെ കിട്ടുന്നില്ല. അകമ്പടി പോകാൻ പോലും ആരുമില്ല. ആളുകൾഅവനെ പരിഹസിക്കുക, അവന്റെ ധാരണകൾ തെറ്റും യുക്തിരഹിതവുമാണെന്ന് പ്രസ്താവിക്കുക. ആലിബാബ കമ്പനിയുടെ സ്ഥാപകൻ ജാക്ക് മായുടെ കൂടെയാണ് ഇതെല്ലാം നടന്നത്. അവൻ എല്ലാ സമയവും എടുത്തു, അവൻ എഴുന്നേൽക്കുമ്പോഴെല്ലാം പൊടിതട്ടി നടന്നു. മറ്റേതെങ്കിലും ഫ്ലിപ്പ്സൈഡ് എന്തായിരിക്കാം?

നിങ്ങളുടെ ഭക്തി അല്ലെങ്കിൽ ഇക്കിഗായി നിർണ്ണയിക്കുക. അതിനെ സമീപിക്കുക മാത്രമല്ല, അത് അന്വേഷിക്കുകയും ചെയ്യുന്നത് ആത്മാഭിമാനത്തിലേക്കുള്ള നിങ്ങളുടെ ജീവിതത്തിലെ നിർണായക സംരംഭമായിരിക്കും. മുള്ളുകളും വെല്ലുവിളികളും നിറഞ്ഞതായിരിക്കും ഈ സംരംഭം. നിങ്ങളുടെ വഴിയിൽ വ്യതിയാനങ്ങളും കറുത്ത മേഘാവൃതമായ കാലാവസ്ഥയും ഉണ്ടാകും. നിങ്ങളുടെ ആത്മാഭിമാനം ഉയർത്തിപ്പിടിക്കണം, വലിയ യാത്രകൾ ഒറ്റ രാത്രികൊണ്ട് പൂർത്തിയാകില്ലെന്ന് നിങ്ങൾ അറിഞ്ഞിരിക്കണം. നിങ്ങളുടെ സുവർണ്ണ ഭാവിയിലേക്കുള്ള താക്കോലുകൾ ആരെങ്കിലും നിങ്ങൾക്ക് തരും എന്ന് കരുതി നിങ്ങളുടെ ഈസി ചെയറിൽ ഇരുന്നു വിശ്രമിക്കാനാവില്ല. നിങ്ങൾ എഴുന്നേറ്റു നടക്കണം, ലക്ഷ്യസ്ഥാനത്ത് എത്തുന്നതുവരെ നിർത്തരുത്.

❒

അധ്യായം IV

ചലനത്തി നായുള്ള വേട്ട

ദൈനംദിന സംഭവങ്ങളുടെ ഈ തലയെടുപ്പിൽ ആർക്കും സ്വന്തം സമയമില്ല. ഒരാൾ ചെറിയ അളവിൽ തന്റെ സമയം നീക്കി വെച്ചാൽ അവർ അത് വഞ്ചിക്കും. ഈ സമയം ചില ഫലപ്രദമായ ഡ്രില്ലിൽ ആരും നിക്ഷേപിക്കില്ല. നമ്മുടെ ജീവിതം മെച്ചപ്പെടുത്തണമെങ്കിൽ, വിനോദ സമയം ഏറ്റവും മികച്ച രീതിയിൽ നിക്ഷേപിക്കണം. ഈ കാലയളവിൽ നമുക്ക് നമ്മുടെ ജീവിതത്തിൽ ഒരു മികച്ച പാത തിരഞ്ഞെടുക്കാം.

നിങ്ങൾ ഒരു അന്നദാതാവാണെങ്കിൽ, നിങ്ങളുടെ പ്രവർത്തനരഹിതമായ സമയത്ത് നിങ്ങൾക്കോ നിങ്ങളുടെ കുടുംബത്തിനോ വേണ്ടി ചില നല്ല വഴിത്തിരിവുകൾ എടുക്കാം. എല്ലാവർക്കുമായി നിങ്ങൾക്ക് കുറച്ച് സമയം ചെലവഴിക്കാം. ഇതോടൊപ്പം, എല്ലാവർക്കുമായി, നിങ്ങൾ പൂന്തോട്ടത്തിലെ ഒരു ഡെയ്സി ആയിരിക്കും, നിങ്ങളുടെ മിനിറ്റുകൾ പ്രയോജനപ്പെടുത്തപ്പെടും.

ഇത് ഒരു മത്സ്യബന്ധന ചോദ്യമാണ്-- ഞങ്ങളുടെ പ്രവർത്തനരഹിതമായ സമയത്ത് എന്തുചെയ്യണം. അതിനാൽ, നിങ്ങളുടെ ഒഴിവു സമയം എങ്ങനെ പ്രയോജനപ്പെടുത്താമെന്ന് ഇന്ന് ഹിന്ദിവാണി നിങ്ങളോട് പറയും? അപ്പോൾ, ഈ സമയം നമ്മൾ എവിടെ നിക്ഷേപിക്കും? കാരണം ഓരോ നിമിഷവും മനുഷ്യർക്ക് വിലപ്പെട്ടതാണ്.

നമ്മുടെ തെറ്റുകൾക്ക് മറ്റുള്ളവരെ കുറ്റപ്പെടുത്തി ഇന്നത്തെ ജോലി നാളത്തേക്ക് മാറ്റിവെക്കാനാണ് നാമെല്ലാവരും ജീവിക്കുന്നത്. എന്നിരുന്നാലും, ഇന്നത്തെ ജോലികളൊന്നും നാളത്തേക്ക് മാറ്റിവയ്ക്കരുത്, കാരണം

ജോലി താൽക്കാലികമായി നിർത്തിയാൽ, ഞങ്ങൾക്ക് വളരെയധികം ജോലികൾ ശേഖരിക്കപ്പെടും. ഇന്ന് നമ്മൾ ജോലി ചെയ്തില്ലെങ്കിൽ, നാളെയും നമുക്ക് അത് അവസാനിപ്പിക്കാൻ കഴിയില്ല, കാരണം നാളത്തെ ജോലികളും നേരിടാൻ കഴിയും. ഉദാഹരണത്തിന്, പുതിയ ഭക്ഷണം വിളമ്പുന്നത് കണ്ടതിന് ശേഷം പഴകിയ ഭക്ഷണം കഴിക്കാൻ നിങ്ങൾ ഇഷ്ടപ്പെടുന്നില്ല. ജോലിക്കും ഇത് ബാധകമാണ്.

സമയം തുടർച്ചയായി ത്വരിതപ്പെടുത്തുന്നു; നിങ്ങൾക്ക് അതിൽ നിന്ന് ആഭരണങ്ങൾ ഉണ്ടാക്കി സൂക്ഷിക്കാൻ കഴിയില്ല. സമയം ആരും സ്വന്തമാക്കുകയോ നിയന്ത്രിക്കുകയോ ചെയ്യുന്നില്ല. എന്നാൽ സമയം നന്നായി വിനിയോഗിക്കുകയും ആഭരണങ്ങൾ പോലെ സൂക്ഷിക്കുകയും ചെയ്യാം അല്ലെങ്കിൽ അത് നശിപ്പിക്കപ്പെടും. പണത്തിന്റെ ഉപയോഗത്തേക്കാൾ സമയത്തിന്റെ ഒപ്റ്റിമൽ ഉപയോഗം നിലനിൽക്കുന്നു, കാരണം പണവും സമയത്തെ ആശ്രയിച്ചിരിക്കുന്നു.

'സമയമാണ് വിജയത്തിന്റെ താക്കോൽ.' നിങ്ങൾക്ക് വിജയിക്കണമെങ്കിൽ, ഓരോ ഘട്ടത്തിലും നിങ്ങൾ സമയത്തിനൊപ്പം നീങ്ങണം. കാലചക്രം അതിവേഗം നീങ്ങുന്നു. നമ്മൾ നാൽപ്പത് കണ്ണിറുക്കലുകൾ തട്ടിയെടുക്കുന്നുണ്ടാകാം, പക്ഷേ സമയം അതിന്റെ സ്ഥിരമായ വേഗതയിൽ പുരോഗമിക്കുകയാണ്. "സമയം, മരണം, ഉപഭോക്താവ് ആർക്കുവേണ്ടിയും കാത്തിരിക്കില്ല"

എന്ന് പലയിടത്തും എഴുതിയിരിക്കുന്നത് നമ്മൾ കണ്ടിട്ടുണ്ടാകും. നമുക്ക് എന്ത് ചെയ്യാം, സമയമില്ല എന്ന് പലപ്പോഴും കേൾക്കാറുണ്ട്. സത്യം പറഞ്ഞാൽ, ഇത് അടിസ്ഥാന യാഥാർത്ഥ്യമല്ല. ഈ ലോകത്ത് എല്ലാവർക്കും ഒരേ 24 മണിക്കൂറുകളാണുള്ളത്. സമയം നമുക്കുവേണ്ടി കാത്തുനിൽക്കുന്നില്ല, നമ്മൾ സമയം കൈകാര്യം ചെയ്യണം.

"സമയമാണ് നമുക്ക് ഏറ്റവും ആവശ്യമുള്ളത്, എന്നാൽ നമ്മൾ ഏറ്റവും മോശമായി ഉപയോഗിക്കുന്നത്."

-വില്യം പെൻ

മൊത്തത്തിൽ, ഒരു ദിവസത്തിന് 24 മണിക്കൂർ ഉണ്ട്. ഇതിനർത്ഥം 24×60×60 = 86,400 സെക്കൻഡ് എന്നാണ്. ഓരോ ജീവിയുടെയും അക്കൗണ്ടിലേക്ക് ഓരോ ദിവസവും 86,400 സെക്കന്റുകൾ ദൈവം ക്രെഡിറ്റ് ചെയ്യുന്നു. അപ്പോഴും മനുഷ്യർ സമയപ്രശ്നത്താൽ കഷ്ടപ്പെടുന്നു. ഇത് നിങ്ങൾ ഇല്ലാതെ തൂക്കിയിടുന്നത് അതിശയിപ്പിക്കുന്ന കാര്യമാണ് ചിന്തിക്കുക അല്ലെങ്കിൽ ആസൂത്രണം ചെയ്യുക. നാം വിവേകത്തോടെ സമയം ചിലവഴിച്ചാൽ, നമ്മൾ ആസൂത്രണം ചെയ്യുന്ന എല്ലാ ജോലികൾക്കും വേണ്ടത്ര സമയം ലഭിക്കും. ഒരാളുടെ പുരോഗതിയും വികസനവും തടസ്സപ്പെട്ടാൽ, അതിനർത്ഥം അവൻ സമയവുമായി കളിക്കുകയാണെന്നാണ്. വികസനത്തിന്റെ പാതയിൽ, ഏറ്റവും വലിയ ശത്രു സമയം പാഴാക്കലാണ്. പോയ കാലം തിരിച്ചു വരുന്നില്ല. അതിനാൽ, സമയത്തിനനുസരിച്ച് നീങ്ങുന്നത് ശീലമാക്കുക.

- ഗലീലിയോ ഒരു മയക്കുമരുന്ന് കച്ചവടക്കാരനായിരുന്നു. അദ്ദേഹം പല ശാസ്ത്രീയ കാര്യങ്ങളും കണ്ടുപിടിച്ചു.
- സമയം അതിക്രമിച്ചിരിക്കുന്നു എന്നതാണ് മോശം വാർത്ത, എന്നിരുന്നാലും, അതിന്റെ പൈലറ്റ് നിങ്ങളാണ് എന്നതാണ് നല്ല വാർത്ത.
- മിനിറ്റുകൾ ശ്രദ്ധിക്കുക, മണിക്കൂറുകൾ സ്വയം പരിപാലിക്കും.

• നിങ്ങൾ വൈകിയേക്കാം എന്നാൽ സമയം കാത്തിരിക്കില്ല.

• ലോകത്ത് എന്തെല്ലാം വസ്തുക്കളുണ്ട്, എല്ലാം അതിൽ സമയം ഉൾക്കൊള്ളുന്നു.

• സമയത്തേക്കാൾ വിലയേറിയ വസ്തുക്കളൊന്നും ഈ ലോകത്തിലില്ല.

• ഈശ്വർ ചന്ദ്ര വിദ്യാസാഗർ സമയത്തിന്റെ കാര്യത്തിൽ വളരെ കൃത്യനിഷ്ഠയുള്ള ആളായിരുന്നു, അവൻ കോളേജിൽ പോകുമ്പോഴെല്ലാം, വഴിയിലെ കടയുടമകൾ അവനെ കണ്ട് വാച്ചുകൾ ശരിയാക്കുമായിരുന്നു.

• സമയം നന്നായി വിനിയോഗിക്കുകയും ഒരു നിമിഷം പോലും പാഴാക്കാതിരിക്കുകയും ചെയ്യുന്ന വ്യക്തി വളരെ ഭാഗ്യവാനും വലിയ നേട്ടങ്ങൾ കൈവരിക്കുന്നവനുമാണ്.

സമയ വഴക്കത്തിന്റെ ഘട്ടം

ഫ്രാങ്ക്ലിൻ പറഞ്ഞു - *"സമയം പാഴാക്കരുത്, കാരണം ജീവിതം സമയം കൊണ്ട് നിർമ്മിച്ചതാണ്."*

ജീവിതത്തിന്റെ കൊട്ടാരത്തിന്റെ നിർമ്മാണ സാമഗ്രിയാണ് കാലത്തിന്റെ സൂചി. പ്രകൃതി ആരെയും സമ്പന്നനെന്നോ ദരിദ്രനെന്നോ തരംതിരിച്ചിട്ടില്ല; അതിന്റെ വിലയേറിയ സമ്പത്ത് തുല്യമായി വീതിച്ചു. കൃത്യസമയത്ത് ജോലി ചെയ്തില്ലെങ്കിൽ അധ്വാനം പാഴായിപ്പോകും. അതിനാൽ, നിശ്ചിത സമയത്ത് ജോലി അവസാനിപ്പിക്കുന്നത് ശീലമാക്കുക. ഉദാഹരണത്തിന്, ബ്രെഡ് കൃത്യസമയത്ത് ഓണാക്കിയില്ലെങ്കിൽ, അത് കരിഞ്ഞുപോകും, തുടർന്ന് അതിന്റെ സ്ഥാനം ഡസ്റ്റ്ബിന്നിലാണ്

അതുപോലെ, സമയത്തിനനുസരിച്ച് സ്വയം മാറണം; അല്ലാത്തപക്ഷം, ഒരാളുടെ അവസ്ഥ കരിഞ്ഞ അപ്പം പോലെയാകും. ഓരോ നിമിഷവും ശോഭനമായ ഭാവിയുടെ സാധ്യതയുമായി വരുന്നു. ആർക്കറിയാം, ഉപയോഗശൂന്യമായ ചിന്തകൾ നാം പാഴാക്കുന്ന നിമിഷം

നമ്മുടെ ഭാഗ്യത്തിന്റെയും വിജയത്തിന്റെയും നിമിഷമാകാം.ധാരണയും അതിന്റെ നിർവ്വഹണവും ജീവിതത്തിലെ ഏത് വിജയവും നേടുന്നതിനുള്ള ലക്ഷ്യങ്ങളെ പ്രാരംഭ വേഗത നിർണ്ണയിക്കുന്നു. ലക്ഷ്യം സജ്ജീകരിക്കുന്നത് ഒരു പ്രവർത്തനമാണ്, അതിനായി നിങ്ങൾ മതിയായ സമയം ചെലവഴിക്കേണ്ടതുണ്ട്, തുടർന്ന് അത് നടപ്പിലാക്കാൻ കഴിയും. കാരണം, ഒരിക്കൽ നിങ്ങൾ ലക്ഷ്യം വെച്ചാൽ, അത് നേടാനുള്ള ശ്രമം ആരംഭിക്കുകയും അതിലും മികച്ച രീതിയിൽ ശ്രദ്ധ കേന്ദ്രീകരിക്കുകയും ചെയ്യാം.

ലക്ഷ്യം കൈവരിക്കാൻ എന്തുചെയ്യണം?

ലക്ഷ്യങ്ങൾ കൈവരിക്കുന്നതിന് എന്താണ് പ്രധാനം? ലക്ഷ്യം നേടാനുള്ള ഫാന്റസി തീർച്ചയായും ആകർഷകമാണ്, എന്നാൽ അവ നേടുന്നതിന് എന്തുചെയ്യണമെന്ന് അറിയേണ്ടത് പ്രധാനമാണ്. ഞങ്ങൾ ചില ഘട്ടങ്ങളിൽ നിന്ന് ആരംഭിക്കുന്നു, അതാണ് ഞങ്ങളുടെ കിക്കോഫ് പോയിന്റ്. നാം ചില പ്രത്യേക സമയങ്ങളിൽ ആയിരിക്കുമ്പോൾ, നാം നിശ്ചയിച്ച ലക്ഷ്യത്തിലേക്കുള്ള ആദ്യ ചുവടുവെപ്പ് നടത്തുമ്പോൾ, അന്വേഷിക്കേണ്ടത് അത്യാവശ്യമാണ്

നമ്മുടെ യാത്ര വിജയകരമാക്കാൻ എന്താണ് പ്രധാനം. ലക്ഷ്യങ്ങൾ കൈവരിക്കാൻ ഒരാൾ നിഷ്കളങ്കമായ

പരിശ്രമങ്ങൾ നടത്തണം, ഒരാളുടെ പരിശ്രമം ലക്ഷ്യങ്ങൾക്കനുസൃതമായിരിക്കണം.

ലക്ഷ്യം സ്ഥാപിക്കുക: ഒരു ലക്ഷ്യം സ്ഥാപിക്കുക എന്നത് പ്രാഥമികവും അനിവാര്യവുമായ ആവശ്യകതയാണ്, ഒരാളുടെ ശ്രമങ്ങൾ താൽക്കാലികമാണെങ്കിൽ, താൻ ചെയ്യാൻ പോകുന്ന കാര്യങ്ങളിൽ ഒരാൾ നിസ്സാരനാണെങ്കിൽ, ഒരുപക്ഷേ ഒരാൾ സ്വയം ലക്ഷ്യങ്ങളൊന്നും വെച്ചിട്ടില്ല, അല്ലെങ്കിൽ ഒരുപക്ഷേ ഒരാളുടെ ലക്ഷ്യങ്ങൾ മൂടൽമഞ്ഞ് ആയിരിക്കാം. അതിനാൽ, ആരംഭിക്കുന്നതിന്, നിങ്ങളുടെ ലക്ഷ്യങ്ങൾ സജ്ജമാക്കുക. അവധി ദിവസങ്ങളിലൊഴികെ എല്ലാ ദിവസവും നിങ്ങൾ സ്കൂളിൽ പോകും, എന്നാൽ മികച്ച പഠനത്തിനുള്ള ലക്ഷ്യങ്ങൾ നിങ്ങൾ സജ്ജമാക്കേണ്ടതുണ്ട്. സ്കൂളിൽ പോകാൻ നിങ്ങൾ എത്ര ബുദ്ധിമുട്ടുന്നു, പിന്നെ എന്തുകൊണ്ടാണ് നിങ്ങൾക്ക് നന്നായി പഠിക്കാൻ കഴിയാത്തത്? ലക്ഷ്യം സജ്ജീകരിക്കുക എന്നത് പ്രധാനമാണ്, അത് വിദ്യാഭ്യാസം നേടുകയോ സ്പോർട്സുമായി ബന്ധപ്പെട്ട എന്തെങ്കിലും പ്രവർത്തനങ്ങൾ നേടുകയോ ചെയ്യുക.

അതുപോലെ, നിങ്ങൾ ഒരു പ്രൊഫഷണലാണെങ്കിൽ, ബിസിനസ്സിന്റെ ഉന്നതിയിലെത്താൻ നിങ്ങൾ ലക്ഷ്യം സജ്ജീകരിക്കേണ്ടതുണ്ട്, കാരണം ലക്ഷ്യങ്ങൾ ക്രമീകരണം പരിശീലിക്കുന്നത് അവ നേടുന്നതിൽ ഗൗരവമുള്ളതാക്കുന്നു.

ലക്ഷ്യങ്ങൾ എങ്ങനെ സജ്ജീകരിക്കാം: ഒരാളുടെ ലക്ഷ്യങ്ങളെക്കുറിച്ച് വ്യക്തമായിരിക്കണം. എന്താണ് നിങ്ങളുടെ ലക്ഷ്യം? സ്കൂളിൽ എത്തുക മാത്രമാണോ അതോ കൃത്യസമയത്ത് സ്കൂളിൽ എത്തുകയാണോ? ഇത് എല്ലാ വ്യത്യാസവും ഉണ്ടാക്കുന്നു. ഒരാളുടെ ഫലങ്ങൾ, ഒരാൾ നിശ്ചയിച്ചിട്ടുള്ള ഏത് ലക്ഷ്യവും അതിനനുസരിച്ചായിരിക്കും. സ്കൂളിൽ എത്താൻ വൈകിയതിന് ഒരാളെ ചോദ്യം ചെയ്താൽ, അത് സ്കൂളിൽ കൃത്യസമയത്ത് എത്താനുള്ള ലക്ഷ്യം

വെയ്ക്കാത്തതുകൊണ്ടാകാം. അതിനാൽ, ഒരാൾക്ക് തന്റെ ലക്ഷ്യങ്ങളെക്കുറിച്ച് സുതാര്യത ഉണ്ടായിരിക്കുകയും സ്വയം അർത്ഥവത്തായ ലക്ഷ്യങ്ങൾ സ്ഥാപിക്കുകയും വേണം.

അപ്പോൾ ബോധപൂർവമോ അബോധാവസ്ഥയിലോ രണ്ട് വഴികളിലൂടെയും നേടാൻ ശ്രമിക്കുന്ന ലക്ഷ്യങ്ങളിൽ ഒന്ന് തിരിച്ചറിയേണ്ടതുണ്ട്. ഒരാളുടെ ലക്ഷ്യങ്ങളെക്കുറിച്ച് ഒരാൾക്ക് അവബോധമുണ്ടെങ്കിൽ അവ വ്യക്തമാണെങ്കിൽ, ലക്ഷ്യങ്ങൾ നേടാനുള്ള ഒരാളുടെ ശ്രമങ്ങളെ ഒരാൾക്ക് ശരിയായി വിവരിക്കാൻ കഴിയും. അതിനാൽ, ഒരാൾ പരിഗണനയ്ക്ക് ശേഷം ലക്ഷ്യങ്ങൾ നിശ്ചയിക്കുകയും അവ നേടിയെടുക്കാൻ ശ്രമിക്കുകയും വേണം.

ഒരാൾക്ക് വിവിധ ലക്ഷ്യങ്ങൾ പിന്തുടരാൻ കഴിയും: ഓരോ തവണയും നിങ്ങൾക്ക് വലുതോ ചെറുതോ ആയ നിരവധി ലക്ഷ്യങ്ങളുണ്ട്, നിങ്ങൾക്ക് എപ്പോൾ വേണമെങ്കിലും അവ തിരയാനാകും. ഇവ

ലക്ഷ്യങ്ങൾ പെട്ടെന്നുള്ളതോ കൗമാരപ്രായത്തിലുള്ളതോ മിതമായതോ ദീർഘകാലമോ ആയിരിക്കാം, അല്ലെങ്കിൽ നിരന്തരമായ പദങ്ങളിൽ ആയിരിക്കാം. ഉദാഹരണത്തിന്, കൃത്യസമയത്ത് ഓഫീസിലെത്തുക എന്നത് നിങ്ങളുടെ തൽക്ഷണ ലക്ഷ്യമായിരിക്കാം.

ഒരാൾക്ക് സൃഷ്ടി സമാഹരിച്ച് രണ്ട് ദിവസത്തിനുള്ളിൽ അത് സ്കൂളിലോ കോളേജിലോ ഓഫീസിലോ സമർപ്പിക്കേണ്ടതുണ്ടെങ്കിൽ, ഇത് ഒരാളുടെ പെട്ടെന്നുള്ള ലക്ഷ്യമാണ്. അതുപോലെ, ഒരാൾക്ക് ഒരു സാമ്പത്തിക വർഷത്തേക്ക് ഓഫീസിൽ ലക്ഷ്യം നേടണമെങ്കിൽ, ഇത് ഒരാളുടെ ഇടക്കാല ലക്ഷ്യമാണ്. കൂടാതെ, സ്കൂളിലോ കോളേജിലോ വാർഷിക പരീക്ഷയ്ക്കായി ഒരാളുടെ സിലബസ് അവസാനിപ്പിക്കുക എന്നത് ഒരു മിതമായ ലക്ഷ്യമായിരിക്കാം.

ഇതോടൊപ്പം, ഒരാൾക്ക് തുടർച്ചയായ കാലയളവിൽ ബിസിനസ്സിൽ അഭിവൃദ്ധി നേടാനോ പഠനം

പൂർത്തിയാക്കാനോ ലക്ഷ്യം വയ്ക്കാം, അതിനുശേഷം, ഒരു പ്രൊഫഷണൽ ആർക്കിടെക്റ്റ് ആകുക എന്നത് നിരന്തരമായ ലക്ഷ്യമായിരിക്കാം. ദരിദ്രർക്കായി ഒരു ചാരിറ്റബിൾ ഹോസ്പിറ്റൽ സ്ഥാപിക്കുക എന്ന ലക്ഷ്യം വെച്ചിട്ടുണ്ടാകാം. അതുപോലെ, പൊതുവേ, ലക്ഷ്യം സമൂഹത്തിന് ദയയുള്ള, ഭക്തിയുള്ള, സംതൃപ്തനായ വ്യക്തിയാകുക എന്നതാണ്.

ഒരാൾ ഓരോ ലക്ഷ്യത്തിനും പ്രാധാന്യം നൽകുന്നു, ഒരു നിശ്ചിത സമയത്ത് എല്ലാ ലക്ഷ്യങ്ങളും കൈവരിക്കാൻ ഒരാൾ ആഗ്രഹിക്കുന്നു. ഇത് ഉചിതമാണോ? ഒരു ലക്ഷ്യം നിർണ്ണയിക്കാനും അവ നേടാനും സഹായിക്കുന്ന ചില സാങ്കേതിക വിദ്യകൾ താഴെ കൊടുക്കുന്നു:

അനുഭവജ്ഞാനമുള്ളവരായിരിക്കുക: ഒരാൾ നിശ്ചയിച്ചിട്ടുള്ള ലക്ഷ്യങ്ങളോട് ഒരു അനുഭവപരമായ മനോഭാവം സ്വീകരിക്കുക. ഇതിനർത്ഥം ലക്ഷ്യങ്ങൾ നിർണ്ണയിക്കാനും അവ നേടാനുമുള്ള ശ്രമങ്ങളെക്കുറിച്ച് ഒരാൾ പ്രായോഗികത പുലർത്തേണ്ടതുണ്ട്. ഒരുപക്ഷേ ഒരാൾക്ക് നേടാൻ കഴിയാത്ത ഒരു ലക്ഷ്യം ഒരാൾ നിശ്ചയിച്ചാൽ, അത്തരമൊരു ലക്ഷ്യത്തിന്റെ പ്രയോജനം എന്താണ്? ധാരാളം വിഭവങ്ങൾ ആവശ്യമുള്ള, ഒരുപക്ഷേ ഒരാൾക്ക് ഇല്ലാത്ത അത്തരമൊരു ലക്ഷ്യം ഒരാൾ നിർണ്ണയിക്കുകയാണെങ്കിൽ, അത്തരമൊരു ലക്ഷ്യത്തിന്റെ അർത്ഥമെന്താണ്? ഒരാൾക്ക് ശാരീരിക ശേഷി, സഹിഷ്ണുത, ക്ഷേമം എന്നിവ കുറവാണെങ്കിൽ, ഒരു കായികതാരമാകാൻ ഒരാൾ ലക്ഷ്യം വെക്കുന്നുവെങ്കിൽ, ഒരാൾ വിജയിക്കില്ല. തീർച്ചയായും, ഒരാളുടെ ക്ഷേമവും ഓജസ്സും മെച്ചപ്പെടുത്താൻ ഒരാൾക്ക് ശ്രമിക്കാം, പക്ഷേ അത് സാധ്യമല്ലെങ്കിൽ, അത്തരം ലക്ഷ്യങ്ങൾ വെക്കുന്നത് ഒഴിവാക്കണം.

നിങ്ങളുടെ ഹൃദയം ശ്രദ്ധിക്കുകയും പിന്തുടരുകയും ചെയ്യുക: ഒരാളുടെ ലക്ഷ്യം നിർണ്ണയിക്കാൻ, ഹൃദയത്തെ ശ്രദ്ധിക്കുക, അത് പിന്തുടരുക. ഉദാഹരണത്തിന്, ഒരാൾ ബിസിനസ്സ് വിപുലീകരിക്കാൻ ആഗ്രഹിക്കുന്നു, ലാഭത്തിനുവേണ്ടിയല്ല,

മറിച്ച് സാമൂഹിക ക്ഷേമ ലക്ഷ്യങ്ങൾക്കുവേണ്ടിയാണ്. ഒരാൾ ചെയ്യാൻ ആഗ്രഹിക്കുന്നത് പിന്തുടരുക. ഒരാൾ ലാഭത്തിനായി എല്ലാം ചെയ്യണം എന്നത് പ്രധാനമല്ല. ഉത്തരവാദിത്തങ്ങൾ കൂടുതൽ ലാഭം നേടാനല്ല, മറിച്ച് സാമൂഹിക ക്ഷേമത്തിനാണെന്ന് ഒരാൾക്ക് തോന്നുന്നുവെങ്കിൽ, അത് ചെയ്യുക. ആ ദിശയിൽ മുന്നോട്ട് പോകുക, കാരണം ഒരാൾ കൂടുതൽ സന്തോഷവാനായിരിക്കും.

അതിനനുസരിച്ച്, മെഡിക്കൽ മേഖലയെ ഒരു കരിയറായി സ്വീകരിക്കാൻ ഒരാൾക്ക് താൽപ്പര്യമില്ലായിരിക്കാം. എന്നിരുന്നാലും, ഒരു പ്രൊഫഷണൽ ഡോക്ടർ ആയിരിക്കുന്നതിന്റെ പ്രയോജനങ്ങൾ ആളുകൾ നിങ്ങളോട് പറഞ്ഞുകൊണ്ടേയിരിക്കും. അതുപോലെ, കുടുംബ ബിസിനസിൽ ചേരാൻ ഒരാൾ സമ്മർദ്ദം ചെലുത്തിയേക്കാം. സുഹൃത്തുക്കളുടെയോ കുടുംബാംഗങ്ങളുടെയോ മറ്റുള്ളവരുടെയോ സമ്മർദ്ദത്തിന് വഴങ്ങി തീരുമാനമെടുക്കരുത്. നിങ്ങൾ തിരഞ്ഞെടുക്കുന്ന കരിയർ തിരഞ്ഞെടുക്കുക-കാരണം, എല്ലാത്തിനുമുപരി, ഈ കരിയർ അനുസരിച്ച്, നിങ്ങളുടെ ആജീവനാന്ത ഉപജീവനത്തിനായി നിങ്ങൾ ജോലി ചെയ്യേണ്ടിവരും. അതിനാൽ, നിങ്ങൾ ഇഷ്ടപ്പെടുന്ന കരിയർ തിരഞ്ഞെടുക്കാൻ നിങ്ങൾ ആഗ്രഹിക്കുന്നില്ലേ, ആ ജോലി ചെയ്യുന്നതിൽ നിങ്ങൾക്ക് സന്തോഷമുണ്ടാകും. തീർച്ചയായും, നിങ്ങൾ ഇത് ചെയ്യാൻ ആഗ്രഹിക്കുന്നു. വാസ്തവത്തിൽ, നിങ്ങൾ ചെയ്യേണ്ടത് തിരഞ്ഞെടുക്കാൻ, നിങ്ങൾക്ക് വളരെയധികം ധൈര്യം ആവശ്യമാണ്.

ജീവിതത്തിൽ വ്യത്യസ്തമായ ലക്ഷ്യങ്ങൾ എങ്ങനെ നേടാം: ഒരാൾ നിർഭയമായി ലക്ഷ്യങ്ങൾ സജ്ജീകരിക്കുകയും പൂർണ്ണ ധൈര്യത്തോടെ അവ നേടാൻ ശ്രമിക്കുകയും വേണം. എല്ലാ വലിയ ലക്ഷ്യങ്ങളും നേടിയെടുക്കുന്നത് സാധാരണ രീതിയിൽ തുടങ്ങി ചെറുതായി തുടങ്ങിയവരാണ്. നിങ്ങളുടെ ലക്ഷ്യങ്ങൾ നേടാനുള്ള ആവേശം നിങ്ങൾക്കുണ്ടെങ്കിൽ, ലക്ഷ്യങ്ങൾ കൈവരിക്കുന്നത് ബുദ്ധിമുട്ടുള്ള കാര്യമല്ല.ലക്ഷ്യങ്ങൾ

അനിവാര്യമാണ്. ചെറുതായാലും വലുതായാലും ലക്ഷ്യങ്ങൾ കൈവരിക്കുന്നതിന്, ത്യാഗങ്ങൾ നേടിയെടുക്കാൻ ഒരാൾ സിംഹഹൃദയനായിരിക്കണം.നിങ്ങളുടെ സുഹൃത്തുക്കൾ അവരോടൊപ്പം വാട്ട്സ്ആപ്പിൽ സമയം ചെലവഴിക്കാൻ നിങ്ങളെ നിർബന്ധിക്കുകയോ അല്ലെങ്കിൽ രാത്രി വൈകിയുള്ള പാർട്ടികൾക്ക് നിങ്ങളെ ക്ഷണിക്കുകയോ ചെയ്യുന്നുവെങ്കിൽ, ലക്ഷ്യ നേട്ടങ്ങൾക്കായി, നിങ്ങൾ അവരെ നിരസിക്കേണ്ടിവരും. നിങ്ങളുടെ സമയം വിലപ്പെട്ടതാണ്, രാത്രി വൈകിയും നിങ്ങൾ പാർട്ടി നടത്തുകയാണെങ്കിൽ, നിങ്ങൾ രാവിലെ ഫ്രഷ് ആയി ഉണരുകയില്ല. നിങ്ങളുടെ സ്കൂളിലേക്കോ കോളേജിലേക്കോ ജോലിസ്ഥലത്തേക്കോ നിങ്ങൾ വൈകി എത്തും. നിങ്ങളുടെ ലക്ഷ്യം എങ്കിൽ

കൃത്യസമയത്ത് എല്ലായിടത്തും എത്തിച്ചേരുക എന്നതാണ്, അപ്പോൾ നിങ്ങൾ ഉപയോഗശൂന്യമായ പ്രവർത്തനങ്ങളോട് ധൈര്യത്തോടെ പറയേണ്ടിവരും.

ഉദാഹരണത്തിന്, ലക്ഷ്യം നേടുന്നതിന് നിങ്ങൾ ഒരു പ്രത്യേക ഭക്ഷണക്രമം തിരഞ്ഞെടുക്കേണ്ടതുണ്ടെങ്കിൽ, നിങ്ങൾ അതിനോട് പ്രതിജ്ഞാബദ്ധരായിരിക്കണം. നിങ്ങളുടെ ലക്ഷ്യത്തിനായുള്ള ഭക്ഷണക്രമം നിങ്ങൾ പിന്തുടരുകയാണെങ്കിൽ അത് നിങ്ങൾക്ക് അനുകൂലമായിരിക്കും, അപ്പോൾ മാത്രമേ നിങ്ങളുടെ ലക്ഷ്യം കൈവരിക്കാൻ കഴിയൂ. അത് ശരിയല്ലേ? പിന്നെ എന്തിനാണ് ഇങ്ങനെ ചെയ്യുന്നതിൽ പശ്ചാത്തപിക്കുന്നത്?

ലക്ഷ്യങ്ങൾ കൈവരിക്കുന്നതിനുള്ള നിങ്ങളുടെ പാതയിൽ തടസ്സമാകുന്ന എന്തും ഉപേക്ഷിക്കാൻ നിങ്ങൾ തയ്യാറായിരിക്കണം, അതിനുള്ള ധൈര്യം ഉണ്ടായിരിക്കണം. നിങ്ങളുടെ ധൈര്യം മാത്രമേ ലക്ഷ്യം നേടുന്നതിൽ വിജയം ഉറപ്പാക്കൂ. ലക്ഷ്യങ്ങൾ വിജയകരമായി നേടുന്നതിന്, നിങ്ങൾ ഇനിപ്പറയുന്ന പോയിന്റുകൾ മനസ്സിൽ സൂക്ഷിക്കണം.

സമയം വിലപ്പെട്ടതാണ്: നിങ്ങളുടെ ലക്ഷ്യം നേടുന്നതിനുള്ള സമയം നിങ്ങൾ സജ്ജമാക്കുകയാണെങ്കിൽ, നിങ്ങൾ അത് ശ്രദ്ധാപൂർവ്വം പിന്തുടരണം.

സമയം വളരെ വിലപ്പെട്ടതാണ്, അത് വളരെ വേഗത്തിൽ കടന്നുപോകുന്നു. പോയ കാലം തിരിച്ചു വരുന്നില്ല. അതിനാൽ, നിങ്ങളുടെ ലക്ഷ്യങ്ങൾക്ക് തടസ്സമാകുന്ന പ്രവർത്തനങ്ങളിൽ നിന്ന് നിങ്ങൾ രക്ഷപ്പെടണം.

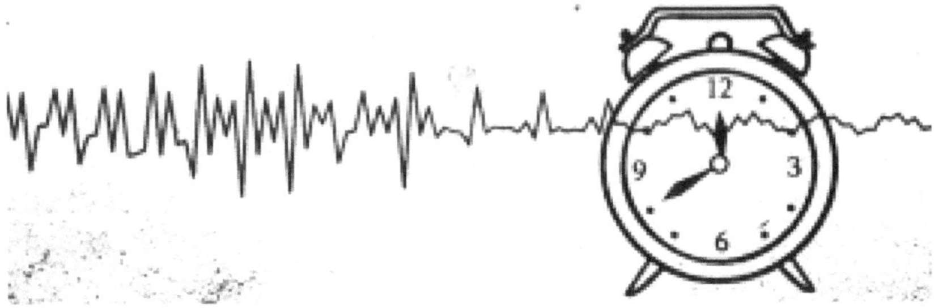

ഏത് പ്രവർത്തനത്തിനും നിങ്ങൾ ചെലവഴിക്കുന്ന സമയത്തെക്കുറിച്ചുള്ള സമഗ്രമായ വിവരങ്ങൾ നിങ്ങൾ സമഗ്രമായിരിക്കണം. ഏത് ജോലിയുടെയും സമയ മാനേജ്മെന്റിന് ഇത് നിങ്ങളെ സഹായിക്കും. അതിനാൽ, സമയം ലാഭിക്കാൻ നിങ്ങൾ ശ്രമിക്കേണ്ടതുണ്ട്. ലക്ഷ്യ നേട്ടങ്ങൾക്കായി നിങ്ങൾ സമയ മാനേജ്മെന്റിൽ ശ്രദ്ധ കേന്ദ്രീകരിക്കണം. എല്ലായ്പ്പോഴും ഓർമ്മിക്കുക, എല്ലായിടത്തും കൃത്യസമയത്ത് എത്തിച്ചേരേണ്ടത് അത്യാവശ്യമാണ്.

ഷെഡ്യൂൾ ചെയ്യുന്നതിന് സ്ഥിരോത്സാഹം ആവശ്യമാണ്: ലക്ഷ്യങ്ങൾക്കും അവ നേടാനുള്ള ശ്രമങ്ങൾക്കും വേണ്ടി ഒരാൾ സ്ഥിരത പുലർത്തണം. അൽപ്പം അഭാവ മനോഭാവവും സഹതാപവും ചുമതലയെ മന്ദഗതിയിലാക്കും, ഒരാൾക്ക് ലക്ഷ്യം നഷ്ടപ്പെടും.

ലക്ഷ്യങ്ങൾ കൈവരിക്കാൻ അർപ്പണബോധമുള്ളയാളാണെങ്കിൽ ശരിയായ പാതയിലേക്ക് പോകണം. ചിന്തകളെ മാറ്റിമറിക്കുകയും ഒരേ സമയം വൈവിധ്യമാർന്ന ലക്ഷ്യങ്ങൾ തിരഞ്ഞെടുക്കുകയും ചെയ്യുന്നത് ഒരാൾ ഒരൊറ്റ ലക്ഷ്യത്തിലേക്ക് സ്ഥിരത പുലർത്തുന്നില്ലെന്ന് സൂചിപ്പിക്കുന്നു. ഈ രീതിയിൽ, ഒരാൾ സമയവും ഊർജവും പാഴാക്കും, ശൂന്യമായി തുടരും.

അതിനാൽ, നിങ്ങളുടെ സമയവും ഊർജവും വിവേകത്തോടെ നിക്ഷേപിക്കുക, രണ്ടും സമൃദ്ധമായി ഉണ്ടെന്ന് ഉറപ്പാക്കുക.അതിനാൽ, നിങ്ങളുടെ സമയം വിവേകത്തോടെ നീക്കിവയ്ക്കുക, നിങ്ങളുടെ ലക്ഷ്യം ആത്മാർത്ഥമായും ജാഗ്രതയോടെയും നിർണ്ണയിക്കുക. ഏതെങ്കിലും പ്ലാനുകളിൽ സമയം നിക്ഷേപിക്കുന്നതിന് മുമ്പ് ലാഭനഷ്ടം രേഖപ്പെടുത്തുക.

നിങ്ങളുടെ ലക്ഷ്യങ്ങൾക്കായി നിങ്ങൾ അർപ്പണബോധമുള്ളവരാണെങ്കിൽ, നിങ്ങളുടെ ശ്രമം ശരിയായ ദിശയിൽ കണക്കാക്കുക. കൂടാതെ, സ്ഥിരോത്സാഹം നിർബന്ധമാണ്, നിങ്ങൾ താളാത്മകമായും ഒട്ടിപ്പിടിച്ചും പ്രവർത്തിച്ചാൽ, നിങ്ങൾ തീർച്ചയായും വിജയിക്കും. കൂടാതെ, നിങ്ങളുടെ സമയവും വിഭവങ്ങളും കൈകാര്യം ചെയ്യുന്നതിൽ നിങ്ങൾ വിജയിക്കും.

നിരാശപ്പെടരുത്, സ്വയം ഉത്തേജിപ്പിക്കുക: നിങ്ങളുടെ ലക്ഷ്യങ്ങൾ കൈവരിക്കാൻ നിങ്ങൾ അർപ്പണബോധമുള്ളവരാണെങ്കിൽ, മറ്റുള്ളവരുടെ പ്രോത്സാഹജനകമായ വാക്കുകളോ മറ്റുള്ളവരുടെ വഴിയിലെ തടസ്സങ്ങളും അവരുടെ നിഷേധാത്മക പ്രവർത്തനങ്ങളും നിങ്ങളെ വ്യതിചലിപ്പിക്കരുത്. യഥാർത്ഥത്തിൽ, നിങ്ങൾ നിരാശപ്പെടുന്നതിനുപകരം കൂടുതൽ ആത്മവിശ്വാസത്തോടെ ശ്രമിക്കണം. നിങ്ങളുടെ ലക്ഷ്യങ്ങൾ സജ്ജീകരിക്കുമ്പോൾ സന്തുഷ്ടരായിരിക്കുക, നിങ്ങളുടെ ലക്ഷ്യ നേട്ടങ്ങളിൽ സന്തോഷവാനായിരിക്കുക. നിങ്ങളുടെ ലക്ഷ്യത്തിലെത്താൻ നിങ്ങൾ കഠിനാധ്വാനം ചെയ്യുകയാണെങ്കിൽ, നിങ്ങൾ സന്തുഷ്ടനല്ലെങ്കിൽ, നിങ്ങൾക്ക് ഫലങ്ങളൊന്നും നേടാൻ കഴിയില്ല. ബൗദ്ധിക സമാധാനവും സംതൃപ്തിയും ഒരാളെ ഉദ്യമങ്ങളിൽ ഒരു തീപ്പൊരി ചേർക്കാൻ പ്രാപ്തനാക്കുന്നു.

ഈ രീതിയിൽ, നിങ്ങളുടെ ശ്രമങ്ങൾ ഒരു ഭാരമായി നിങ്ങൾക്ക് അനുഭവപ്പെടില്ല, പക്ഷേ അവ നിങ്ങൾക്ക് ഉപയോഗപ്രദമാകും. നിങ്ങളുടെ ലക്ഷ്യങ്ങൾ നേടുന്നതിന് ലക്ഷ്യങ്ങൾ സജ്ജമാക്കുക. ആദ്യ ശ്രമത്തിൽ നിങ്ങൾ വിജയിച്ചേക്കില്ല; ശ്രമം തുടരുക. നിങ്ങൾ അത്

കേട്ടിരിക്കണം "*പരാജയമാണ് പാതയിലെ ആദ്യ നാഴികക്കല്ല് വിജയത്തിന്റെ.*" ആദ്യ ശ്രമത്തിലെ പരാജയം നിങ്ങൾ ചെയ്യുന്ന വിവിധ ശ്രമങ്ങളുടെ പാത മായ്ക്കുന്നു. നിങ്ങൾ അവ മെച്ചപ്പെടുത്തുകയും നിങ്ങളുടെ ശ്രമങ്ങൾ കൂടുതൽ അർത്ഥപൂർണ്ണവും ഉൽപ്പാദനക്ഷമവുമാക്കുകയും ചെയ്യും.

അസ്വസ്ഥമായ മനസ്സുമായി ഇടപെടൽ: നമ്മുടെ മനസ്സ് വ്യാമോഹങ്ങളാൽ നിറഞ്ഞതാണെങ്കിൽ; അപ്പോൾ നമുക്ക് ഏകാന്തതയിൽ ഇരുന്ന് മനസ്സിനെ ശാന്തമാക്കാൻ ശ്രമിക്കാം. അത് നമ്മുടെ മനസ്സിനെ ശാന്തമാക്കുന്നു. നിങ്ങൾക്ക് സംഗീതം കേൾക്കാം. അസ്വസ്ഥമായ മനസ്സിന് പല കാരണങ്ങളുണ്ടാകാം; അത് തിരിച്ചറിയുകയും നീക്കം ചെയ്യുകയും ചെയ്യേണ്ടത് വളരെ അത്യാവശ്യമാണ്. ഉദാഹരണത്തിന്, ഉറക്കക്കുറവ് കാരണം പ്രകോപനം ഉണ്ടാകാം, അതിനാൽ 6-7 മണിക്കൂർ പൂർണ്ണവും നല്ലതുമായ ഉറക്കം എടുക്കുക.

ഡയറ്റിന് ഒരു പ്രധാന പങ്കുണ്ട്. നിങ്ങളുടെ ഭക്ഷണക്രമത്തിൽ ശ്രദ്ധ ചെലുത്തുന്നതിലൂടെ നിങ്ങളുടെ ശരീരം ആരോഗ്യത്തോടെയും ആരോഗ്യത്തോടെയും നിലനിൽക്കും. ഇത് നിങ്ങളുടെ മനസ്സിനെ ആരോഗ്യകരമായി നിലനിർത്താൻ സഹായിക്കുന്നു. നിങ്ങൾക്ക് വളരെയധികം അസ്വസ്ഥത തോന്നുന്നുവെങ്കിൽ, നിങ്ങൾക്ക് ധ്യാനം ചെയ്യാം. നിങ്ങളുടെ മനസ്സിനെ ശാന്തമാക്കാൻ ധ്യാനം വളരെ പ്രയോജനകരമാണ്.

"നമ്മുടെ ആകുലതകളും ഭയവും കോപവും ഉൾക്കൊള്ളാൻ ധ്യാനത്തിന് നമ്മെ സഹായിക്കും; അത് വളരെ സൗഖ്യദായകവുമാണ്. രോഗശാന്തിക്കുള്ള നമ്മുടെ സ്വന്തം കഴിവിനെ ഞങ്ങൾ പ്രവർത്തിക്കാൻ അനുവദിക്കുന്നു.

-തിച് നാറ്റ് ഹാൻ

നിങ്ങളുടെ മനസ്സിനെ ശാന്തമാക്കാൻ നിങ്ങൾക്ക് ചില ശാന്തമായ സ്ഥലങ്ങളിൽ പോകാം. നിങ്ങൾക്ക് സന്തോഷം

നൽകുന്ന കാര്യങ്ങൾ ചെയ്യുക.ഈ കുതിച്ചുചാട്ട ലോകത്തിൽ നിന്ന് നിങ്ങൾക്ക് കുറച്ച് സമയമെടുക്കാം. ഇതിലൂടെ നിങ്ങളുടെ മനസ്സ് സന്തോഷത്തോടെ നിലനിൽക്കും. അതിരാവിലെ എഴുന്നേറ്റു നടക്കാൻ പോകുന്നത് ആരോഗ്യത്തിനും മനസ്സിനും ഏറെ നല്ലതാണ്.

ശുദ്ധവായു ശ്വസിക്കുന്നതിന് ധാരാളം ഗുണങ്ങളുണ്ട്.

"പാതയില്ലാത്ത കാടുകളിൽ ഒരു സുഖമുണ്ട്,
ഏകാന്തമായ തീരത്ത് ഒരു ആനന്ദമുണ്ട്,
ആരും കടന്നുകയറാത്ത സമൂഹമുണ്ട്.
ആഴക്കടലിലൂടെയും അതിന്റെ ഗർജ്ജനത്തിൽ
സംഗീതത്തിലൂടെയും:
ഞാൻ മനുഷ്യനെ സ്നേഹിക്കുന്നത് കുറവല്ല,
പ്രകൃതിയെയാണ്...."

-എഫ്.സ്കോട്ട് ഫിറ്റ്സ്ജെറാൾഡ്

സങ്കീർണ്ണമായ മനസ്സിന് ശരിയും തെറ്റും തമ്മിൽ വേർതിരിച്ചറിയാൻ കഴിയില്ല. മിക്കപ്പോഴും 16-നും 25-നും ഇടയിൽ പ്രായമുള്ള ആളുകൾക്ക് അസ്ഥിരവും അസ്വസ്ഥവുമായ മനസ്സാണ്. അവർ ഒരുപാട് തെറ്റുകൾ വരുത്തുകയും മെഷിൽ നഷ്ടപ്പെടുകയും ചെയ്യുന്നു. അവർ തിടുക്കത്തിൽ തെറ്റായ തീരുമാനങ്ങൾ എടുക്കുന്നു. ചിലപ്പോൾ, അവ ശരിയാക്കാൻ കഴിയും, എന്നാൽ ചിലപ്പോൾ അത് അസാധ്യമാണ്. തിടുക്കത്തിലുള്ള ചർച്ചകളും തീരുമാനങ്ങളും അസ്വസ്ഥമായ മനസ്സോടെയാണ് സംഭവിക്കുന്നത്, പ്രായവും പ്രധാനമാണ്. സുസ്ഥിരമായ മനസ്സോടെ എടുക്കുന്ന തീരുമാനങ്ങൾ കൂടുതൽ ശരിയായിരിക്കാം. പ്രായത്തിനനുസരിച്ച് നമ്മുടെ മനസ്സ് സ്ഥിരത കൈവരിക്കുന്നു. എന്നാൽ ചെറിയ പ്രായത്തിലും, ശാന്തമായ മനസ്സോടെ ജോലി ചെയ്യുന്ന ആളുകൾ വളരെയധികം നേടുന്നു. ശരിയായ തീരുമാനങ്ങൾ നിങ്ങളുടെ ജീവിതത്തിലെ ശരിയായ ലക്ഷ്യത്തിലെത്തിക്കും. ശാന്തമായ മനസ്സുള്ള ആളുകൾക്ക് സമൂഹത്തിൽ കഴിവുണ്ട്, ആളുകൾ അവരുമായി ബന്ധപ്പെടാൻ ആഗ്രഹിക്കുന്നു.

ശാന്തമായ മനസ്സ് ഉണ്ടായിരിക്കേണ്ടത് വളരെ പ്രധാനമാണ്. അസ്വസ്ഥമായ മനസ്സോടെ നമുക്ക് ഒരു ശരിയായ കാര്യവും ചെയ്യാൻ കഴിയില്ല. വിധിക്ക് വിട്ടുകൊടുക്കാവുന്ന ചൂതാട്ടമല്ല ജീവിതം. നിങ്ങളുടെ മനസ്സ്, തലച്ചോറ്, ചിന്തകൾ എന്നിവ ഉപയോഗിച്ച് ഒരാൾ അത് ചലിപ്പിക്കണം. നല്ല ജീവിതം നയിക്കാൻ ആരോഗ്യമുള്ള ശരീരവും ആരോഗ്യമുള്ള മനസ്സും ആവശ്യമാണ്. രണ്ടും ശ്രദ്ധിക്കേണ്ടത് പ്രധാനമാണ്.

മാനസികാരോഗ്യത്തേക്കാൾ പ്രധാനമാണ് ശാരീരിക ആരോഗ്യം. ശരീരം ഫിറ്റാകുമ്പോൾ മനസ്സിന് സന്തോഷം തോന്നുന്നു. ബാഹ്യ സാഹചര്യങ്ങൾ കാരണം നമ്മുടെ മനസ്സ് അസ്വസ്ഥമാകുമെങ്കിലും, നമ്മുടെ ശാരീരിക ആരോഗ്യം അതിനെ ശാന്തമാക്കാൻ സഹായിക്കുന്നു. അതിനാൽ, ശാരീരിക ആരോഗ്യത്തിന് വലിയ പ്രാധാന്യമുണ്ട്.

നമുക്ക് അസ്വസ്ഥത അനുഭവപ്പെടുകയും ശരീരവും ദുർബലമാവുകയും ചെയ്യുന്നുവെങ്കിൽ, പുറത്തുപോകാനോ ശാന്തമാക്കാൻ മറ്റേതെങ്കിലും ശ്രമങ്ങൾ നടത്താനോ എളുപ്പമല്ല. എന്നാൽ ശരീരം ആരോഗ്യമുള്ളതാണെങ്കിൽ, നമ്മെത്തന്നെ ശാന്തമാക്കാൻ നമുക്ക് പലതും ചെയ്യാം. അതിനാൽ, മാനസികാരോഗ്യത്തിനായി നിങ്ങളെത്തന്നെ ആരോഗ്യത്തോടെയും ആരോഗ്യത്തോടെയും നിലനിർത്തുക.

എന്തുകൊണ്ടാണ് അലങ്കോലമില്ലാത്ത ജീവിതം?

ജപ്പാനിലെ ബുദ്ധിമാന്മാർ ഈ ചൊല്ല് പിന്തുടർന്ന് ചരിത്രത്തിൽ തങ്ങളുടേതായ ഇടം നേടിയിട്ടുണ്ട്. സന്ത് കബീർദാസ്, മഹാത്മാഗാന്ധി, പോപ്പ് ഫ്രാൻസിസ്, എബ്രഹാം ലിങ്കൺ എന്നിവരിൽ ചിലരാണ്. ഇവരെല്ലാം അവരുടെ ജീവിതം വളരെ ലളിതമായി ജീവിക്കുകയും തങ്ങൾക്ക് ചുറ്റുമുള്ള നിരവധി ആളുകളെ പ്രചോദിപ്പിക്കുകയും ചെയ്തിട്ടുണ്ട്.
വളരെ കുറച്ച് ആളുകൾ സാധാരണ ജീവിതം നയിക്കുന്നു. ചിലർ തങ്ങളുടെ ആഗ്രഹങ്ങൾ നിറവേറ്റാൻ ആഗ്രഹിക്കുന്നു, ചിലർ തങ്ങളുടെ സമ്പത്തുകൊണ്ട് മറ്റുള്ളവരെ ആകർഷിക്കാൻ ആഗ്രഹിക്കുന്നു.

എന്തുകൊണ്ടാണ് ഒരാൾ ലളിതമായി ജീവിക്കേണ്ടതെന്ന് ഇവിടെ പറയുന്നു:

കുടുംബ സ്നേഹം: നിങ്ങൾ കൃത്രിമ ജീവിതം ഒഴിവാക്കുമ്പോൾ, മറ്റുള്ളവരെ ആകർഷിക്കാനും ലളിതമായ ജീവിതത്തിലേക്ക് മുന്നേറാനും നിങ്ങൾ എപ്പോഴും ശ്രമിക്കുമ്പോൾ, നിങ്ങൾ നിങ്ങളുടെ സംസ്കാരത്തോട് അടുക്കുന്നു. ഇതിലൂടെ നിങ്ങൾ നിങ്ങളുടെ കുടുംബാംഗങ്ങളുമായി കൂടുതൽ അടുക്കുന്നു. അവർ നൽകുന്ന സ്നേഹം നിങ്ങളെ സന്തോഷിപ്പിക്കുന്നു.

സ്വയം തിരിച്ചറിയുക: സ്വയം തൃപ്തിപ്പെടുത്താനും നിങ്ങളോടൊപ്പം കൂടുതൽ സമയം ചെലവഴിക്കാനും പുറത്ത് കൂടുതൽ കൂടുതൽ കാര്യങ്ങൾക്കായി തിരയുന്നത് നിങ്ങൾ നിർത്തുമ്പോൾ, യഥാർത്ഥ ജീവിതത്തിൽ നിങ്ങൾ ആരാണെന്ന് നിങ്ങൾ ഒടുവിൽ തിരിച്ചറിയുന്നു.

നിയന്ത്രണ വികാരം: നിങ്ങൾ ലളിതമായ ജീവിതം നയിക്കുമ്പോൾ; നിങ്ങൾക്ക് മിനിമം ആവശ്യകതകൾ ആവശ്യമാണ്. സാധനങ്ങൾ വാങ്ങുന്നതിന് നിങ്ങളുടെ തലയിൽ ലോൺ ഇല്ലെങ്കിൽ, നിങ്ങൾക്ക് കൂടുതൽ ആത്മവിശ്വാസം തോന്നുന്നു. ഇക്കാരണത്താൽ, ബില്ലുകളും കടങ്ങളും അടയ്ക്കുന്നതിന് നിങ്ങൾ കൂടുതൽ പണം സമ്പാദിക്കേണ്ടതില്ല. നിങ്ങൾ ജോലിയിൽ വളരെയധികം തിരക്കിലായിരിക്കേണ്ടതില്ല. നിങ്ങൾക്ക് ജീവിതത്തിൽ ഒരു നിയന്ത്രണമുണ്ട്.

കുറവുള്ള സമ്മർദ്ദ നില: നിങ്ങളുടെ സഹോദരങ്ങൾ, സുഹൃത്തുക്കൾ, അയൽക്കാർ എന്നിവരുമായി താരതമ്യപ്പെടുത്തുമ്പോൾ കൂടുതൽ പണം സമ്പാദിക്കുന്നതിന് നിങ്ങൾ സമ്മർദ്ദത്തിലല്ലെന്ന് നിങ്ങൾക്ക് തോന്നും. ഇപ്പോൾ നിങ്ങൾ കൂടുതൽ ബാങ്ക് ബാലൻസും വലിയ വീടും വലിയ കാറും ആവശ്യപ്പെടുന്നില്ല. നിങ്ങൾ ലളിതമായ ജീവിതം തിരഞ്ഞെടുക്കുമ്പോൾ, എല്ലാ സമ്മർദ്ദവും കുറയും.

ഏകപക്ഷീയമായ ജീവിതം: ഇപ്പോൾ നിങ്ങൾ അഗ്രത്തിൽ എത്താൻ കഠിനാധ്വാനം ചെയ്യേണ്ടതില്ല. കാരണം, ഇപ്പോൾ നിങ്ങളുടെ ആഗ്രഹങ്ങൾ പരിമിതമായിരിക്കും, നിങ്ങൾക്ക് അവ എളുപ്പത്തിൽ നിറവേറ്റാനാകും. ഇതുവഴി നിങ്ങൾ കൃത്യസമയത്ത് വീട്ടിലെത്തുകയും കുടുംബത്തോടൊപ്പം സമയം ചെലവഴിക്കുകയും ചെയ്യും. ഇത് നിങ്ങളുടെ ജീവിതത്തെ സന്തുലിതമാക്കാൻ സഹായിക്കുന്നു.

❐

അധ്യായംV

ദീർഘായുസ്സ് മാസ്റ്റേഴ്സ്

മറ്റ് രാജ്യങ്ങളിലെ ആളുകളുമായി താരതമ്യപ്പെടുത്തുമ്പോൾ ഞങ്ങൾ, ജാപ്പനീസ്, കൂടുതൽ ഫിറ്റും ഫിഡലും ആണ്. ജീവിതത്തിലുടനീളം നാം നമ്മുടെ ജോലിക്ക് ഊർജസ്വലത പുലർത്തുന്നു. ലോകത്തിലെ ദീർഘായുസ്സുള്ള ആളുകൾ ജപ്പാനിലായതിനാൽ ഞങ്ങളുടെ പ്രവർത്തനത്തിന്റെ വ്യാപ്തി കണക്കാക്കാം. പുരുഷന്മാരുടെ ആയുർദൈർഘ്യം 80 വർഷവും സ്ത്രീകളുടെ ആയുർദൈർഘ്യം 86 വർഷവുമുള്ള ഒരു രാജ്യമാണ് ജപ്പാൻ. ഇതിനർത്ഥം, മൊത്തത്തിൽ, നമുക്ക് ഏറ്റവും ദൈർഘ്യമേറിയ ആയുസ്സ് ഉണ്ടെന്നാണ്. ജാപ്പനീസ് ആളുകൾ ദീർഘായുസ്സ് ജീവിക്കുന്നതിന്റെ രഹസ്യം എന്താണ്?

വരൂ; നമുക്ക് ഈ രഹസ്യത്തിന്മേൽ തിരശ്ശീല ഉയർത്താം.

ജപ്പാൻ മുതൽ അമേരിക്ക വരെ, വാർദ്ധക്യത്തിലെ ആരോഗ്യകരമായ ജീവിതം ജീവിതശൈലിയുടെ ഗുണനിലവാരവുമായി നേരിട്ട് ബന്ധപ്പെട്ടിരിക്കുന്നു. യുവാക്കളെക്കാൾ പ്രായമായവർക്കാണ് ലക്ഷ്യങ്ങളോടെയുള്ള ജീവിതം കൂടുതൽ ഫലപ്രദമെന്ന് നാളിതുവരെ വിശ്വസിക്കപ്പെടുന്നു. ഒരു വ്യക്തി ഏത് പ്രായത്തിലാണ് തന്റെ ലക്ഷ്യങ്ങൾ തീരുമാനിക്കുന്നത് എന്നത് പ്രശ്നമല്ലെന്ന് ഹിൽ പറയുന്നുണ്ടോ? മുൻകാല പഠനങ്ങളുടെ ഫലങ്ങൾ കാണിക്കുന്നത് കാരണങ്ങളാൽ ജീവിക്കുന്ന ആളുകളിൽ, മരണനിരക്ക് വളരെ കുറവാണ്, ഇത് ഉയർന്ന ആയുർദൈർഘ്യത്തിലേക്ക് നയിക്കുന്നു.

വരൂ, നമുക്ക് നമ്മുടെ ദീർഘായുസിന്റെ രഹസ്യം അറിയാം

ഓരോ വ്യക്തിയും ദീർഘായുസ്സ് ആഗ്രഹിക്കുന്നു. ദീർഘായുസ്സിന്റെ അനുഗ്രഹം എല്ലായ്പ്പോഴും മുതിർന്നവരുടെ അനുഗ്രഹങ്ങളിൽ ഉൾപ്പെടുത്തിയിട്ടുണ്ട്, ദീർഘവും ആരോഗ്യകരവുമായ ജീവിതത്തിനായി ഞങ്ങൾ പരമാവധി ശ്രമിക്കുന്നു. എന്നാൽ ആളുകൾക്ക് ദീർഘായുസ്സുള്ള ഒരു രാജ്യമുണ്ടെന്ന് നിങ്ങൾ ആശ്ചര്യപ്പെടും. ഇത് നമ്മുടെ സ്വന്തം രാജ്യമായ ജപ്പാനാണ്, ഇവിടെ സ്ത്രീകളുടെ ശരാശരി പ്രായം 86 വയസ്സും പുരുഷന്മാരുടെ ശരാശരി പ്രായം 80 വയസ്സുമാണ്.

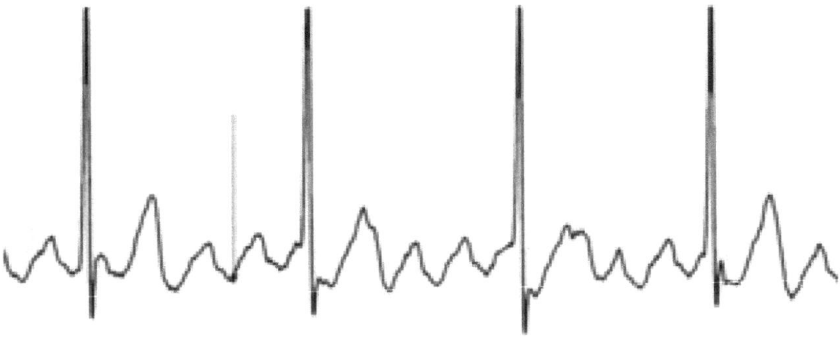

100 വർഷം പഴക്കമുള്ള ജാപ്പനീസ് എണ്ണത്തിൽ കുറവൊന്നുമില്ല. അതിനാൽ, ഏതൊക്കെ രീതികൾ എന്ന് ചിന്തിക്കുന്നത് വ്യക്തമാണ് ജാപ്പനീസ് ദത്തെടുത്തതിനാൽ അവർക്ക് ദീർഘവും ആരോഗ്യകരവുമായ ജീവിതം ലഭിക്കും. നമ്മുടെ ദീർഘായുസ്സിന്റെ ഈ രഹസ്യങ്ങളിലേക്ക് നമുക്ക് കുറച്ച് വെളിച്ചം വീശാം.

ജാപ്പനീസ് ജനതയുടെ ഭക്ഷണക്രമമാണ് ഈ ദീർഘായുസ്സിന് പ്രധാന സംഭാവന നൽകുന്നതെന്ന് സമീപകാല പഠനങ്ങളിലൂടെ അറിയാം. പോഷകസമൃദ്ധമായ ഭക്ഷണക്രമം ആരോഗ്യത്തോടൊപ്പം ദീർഘായുസ്സും നൽകുമെന്നത് എല്ലാവർക്കും അറിയാവുന്ന കാര്യമാണ്.

നമ്മുടെ ഭക്ഷണത്തിൽ പോഷകാഹാരത്തിനും ധാന്യങ്ങൾ, പച്ചക്കറികൾ, പഴങ്ങൾ, മാംസം, മത്സ്യം എന്നിവ

കഴിക്കുന്നതിലൂടെയും ഞങ്ങൾ പോഷകാഹാരത്തിന് പ്രാധാന്യം നൽകുന്നു. നമ്മുടെ ഭക്ഷണത്തിൽ, പച്ച പച്ചക്കറികളും പയറുവർഗ്ഗങ്ങളും വളരെ പ്രബലമാണ്. കാൻസറിൽ നിന്നും മറ്റ് ഹൃദ്രോഗങ്ങളിൽ നിന്നും നമ്മെ രക്ഷിക്കുന്ന ആന്റിഓക്സിഡന്റുകളും ഫോട്ടോ-കെമിക്കലുകളും നിറഞ്ഞതാണ് പയറും പച്ച പച്ചക്കറികളും.

നമ്മുടെ ഭക്ഷണം പോഷകങ്ങൾ നിറഞ്ഞതായി നിലനിർത്താൻ, നാം ഒരിക്കലും വിശപ്പിനെക്കാൾ കൂടുതൽ കഴിക്കുന്നില്ല; ഞങ്ങൾ എപ്പോഴും നമ്മുടെ ആവശ്യത്തേക്കാൾ അല്പം കുറവാണ് കഴിക്കുന്നത്. ചുവന്ന മാംസത്തേക്കാൾ മത്സ്യം കഴിക്കാൻ ഞങ്ങൾ ഇഷ്ടപ്പെടുന്നു, കാരണം മത്സ്യത്തിലെ വിറ്റാമിനുകളും എണ്ണയും ശരീരത്തെ ആന്തരികമായി ശക്തമാക്കാൻ സഹായിക്കുന്നു.

ഞങ്ങളെ വ്യത്യസ്തരാക്കുന്ന മറ്റൊരു പ്രത്യേകത കൂടിയുണ്ട്. 60 വയസ്സായിട്ടും വെറുതെ ഇരിക്കാൻ ഞങ്ങൾ ഇഷ്ടപ്പെടുന്നില്ല. എന്തെങ്കിലും ചെയ്തുകൊണ്ടേയിരിക്കാനും എല്ലായ്പ്പോഴും സ്വയം വ്യാപൃതരായി ഇരിക്കാനും ഞങ്ങൾ ഇഷ്ടപ്പെടുന്നു. ആരോഗ്യം നിലനിർത്താൻ, നാം വൈദ്യശാസ്ത്രത്തിൽ പ്രത്യേക ശ്രദ്ധ ചെലുത്തുന്നു. അലോപ്പതി മരുന്നുകളേക്കാൾ പ്രകൃതിദത്തമായ മരുന്നുകൾ ഉപയോഗിച്ച് സുഖപ്പെടുത്താൻ ഞങ്ങൾ ഇഷ്ടപ്പെടുന്നു, അതുകൊണ്ടാണ് നാം രാസവസ്തുക്കളിൽ നിന്ന് രക്ഷിക്കപ്പെടുന്നത്.

അലോപ്പതിയിൽ ഉണ്ട്. ചില ആസക്തികൾ എത്രമാത്രം ദോഷകരമാണെന്ന് നമുക്കെല്ലാവർക്കും അറിയാവുന്നതുപോലെ, ജപ്പാനീസ് ആളുകൾ സിഗരറ്റ്, മദ്യം എന്നിവയിൽ നിന്ന് വിട്ടുനിൽക്കുന്നു, അതിനാൽ നമുക്ക് ഒരു നഷ്ടവും ഉണ്ടാകരുത്.

പൂർണ്ണഹൃദയത്തോടെ ചിരിക്കാനും സമാധാനപരമായി ജീവിതം നയിക്കാനും നമുക്കറിയാം, അതിലൂടെ ശക്തമായ പ്രതിരോധശേഷി ലഭിക്കും. ഏത് പ്രതികൂല സാഹചര്യങ്ങളെയും നാം സമ്മർദ്ദത്തിലാക്കാതെ ശാന്തമായ മനസ്സോടെ കൈകാര്യം ചെയ്യുന്നു.

ആരോഗ്യമുള്ള ശരീരത്തിൽ വ്യായാമം വളരെ ഒഴിച്ചുകൂടാനാവാത്ത പങ്ക് വഹിക്കുന്നു, ഈ പഠിപ്പിക്കൽ വളരെ ചെറുപ്പത്തിൽ തന്നെ നമ്മെ പഠിപ്പിക്കുന്നു. ഇക്കാരണത്താൽ, വ്യായാമം നമ്മുടെ ദിനചര്യയുടെ അവിഭാജ്യ ഘടകമാണ്.

"ആരോഗ്യമുള്ളവന് പ്രത്യാശയുണ്ട്; പ്രത്യാശയുള്ളവന് എല്ലാം ഉണ്ട്.

-തോമസ് കാർലൈൽ

ജപ്പാനിൽ, നല്ല ആരോഗ്യത്തിനും ദീർഘായുസ്സിനുമായി ഭക്ഷണത്തിനും വ്യായാമത്തിനും പുറമെ, ശുചിത്വത്തിനും ശുചിത്വത്തിനും പ്രത്യേക ശ്രദ്ധ നൽകുന്നു. ഇവിടെ,

ലൈബ്രറിയിൽ തിരിച്ചെത്തിയ പുസ്തകങ്ങൾ അൾട്രാവയലറ്റ് സാങ്കേതികവിദ്യ ഉപയോഗിച്ച് വൃത്തിയാക്കുന്നു, അതിനാൽ ദോഷകരമായ അണുക്കൾ മറ്റുള്ളവരെ ബാധിക്കരുത്.

നമ്മുടെ ആയുർദൈർഘ്യത്തിന്റെ രഹസ്യം നമ്മുടെ ജീവിതരീതിയുമായി നേരിട്ട് ബന്ധപ്പെട്ടിരിക്കുന്നു. നമ്മുടെ ഓരോ ജോലിയും നമ്മുടെ ജീവിതശൈലിയുമായി ബന്ധപ്പെട്ടിരിക്കുന്നു. ശ്രദ്ധിക്കുന്നത്

പോഷകസമൃദ്ധമായ ഭക്ഷണക്രമം, വ്യായാമം, ശുചിത്വം എന്നിവ ജീവിതത്തെ ഫലപ്രദമായി ജീവിക്കാനുള്ള നമ്മുടെ മനോഭാവത്തെ നിലനിർത്തുന്നു. കൂടാതെ, ഇതാണ് നമ്മുടെ ദീർഘവും ആരോഗ്യകരവുമായ ജീവിതത്തിന് കാരണം.

കിഴക്കൻ സസ്യങ്ങളുടെ ഉപയോഗം: ഞങ്ങൾ കിഴക്കൻ ഔഷധങ്ങൾ ഉപയോഗിക്കുന്നു, അലോപ്പതി മരുന്നുകളെ ആശ്രയിക്കുന്നില്ല.

ചുവന്ന മാംസത്തിന് പകരം മത്സ്യം കഴിക്കുന്നത്: ഇവിടെ നമ്മൾ ചുവന്ന മാംസത്തിന് പകരം മത്സ്യം കഴിക്കുന്നു, അതിന്റെ ഫലമായി നമ്മുടെ ശരീരത്തിൽ പോഷകങ്ങളുടെ കുറവില്ല. മത്സ്യത്തിൽ നിന്ന് നമുക്ക് എണ്ണ, വിറ്റാമിനുകൾ, പോഷകങ്ങൾ എന്നിവ ലഭിക്കുന്നു. കൊളസ്ട്രോളിന്റെ അളവ് കൂടാൻ കാരണമാകുന്ന ഹാനികരമായ കൊഴുപ്പുകൾ നിറഞ്ഞ ചുവന്ന മാംസം നമ്മൾ കഴിക്കാറില്ല. ഇത് ചെയ്യുന്നതിലൂടെ, നമുക്ക് ഹൃദ്രോഗം ഉണ്ടാകില്ല.

ശുചിത്വം പാലിക്കുക: ലോകത്തിലെ ഏറ്റവും വൃത്തിയുള്ള രാജ്യങ്ങളിലൊന്നായി ജപ്പാൻ കണക്കാക്കപ്പെടുന്നു. ജാപ്പനീസ് കൂടുതൽ ശ്രദ്ധയോടെ പകർച്ചവ്യാധികൾ തടയുന്നു. ലൈബ്രറിയിൽ തിരിച്ചെത്തിയ പുസ്തകങ്ങൾ പോലും യുവി ടെക്നിക്കുകൾ ഉപയോഗിച്ചാണ് വൃത്തിയാക്കുന്നത്.

ധാരാളം പച്ച പച്ചക്കറികൾ ഉപയോഗിക്കുന്നത്: ഞങ്ങളുടെ പ്ലേറ്റിൽ പകുതി പ്ലേറ്റ് നിറയെ പച്ച

പച്ചക്കറികളാണ്. ഇതുകൂടാതെ, ഞങ്ങൾ പലതരം പയറ് കഴിക്കുന്നു. മിക്സ്ഡ് വെജിറ്റബിൾ സാലഡ് കഴിക്കാനാണ് ഞങ്ങൾ കൂടുതൽ ഇഷ്ടപ്പെടുന്നത്. അതുകൊണ്ടാണ് ആൻറി ഓക്സിഡൻറുകളും ഫോട്ടോകെമിക്കലുകളും ഉള്ളതിനാൽ നമുക്ക് ഹൃദ്രോഗങ്ങളും ക്യാൻസറും വരാത്തത്.

ദിവസവും വ്യായാമം ചെയ്യുക: ഓരോ വീട്ടിലും യോഗ, കരാട്ടെ, ആയോധന കലകൾ എന്നിവ പതിവായി ചെയ്യേണ്ടത് നിർബന്ധമാണ്. ഈ വ്യായാമങ്ങൾ ചെയ്യുന്നതിലൂടെ, നമ്മുടെ മനസ്സ് ശാന്തമായി നിലകൊള്ളുകയും ശരീരം ഫിറ്റ് ചെയ്യുകയും ചെയ്യുന്നു. വാർദ്ധക്യത്തിലും ഞങ്ങൾ അത് തുടരുന്നു.

വിശക്കുന്നതിനേക്കാൾ കുറച്ച് കഴിക്കുക:
നമ്മുടെ വയറ് 4/5 നിറയുമ്പോൾ; ഞങ്ങൾ ഭക്ഷണം കഴിക്കുന്നത് നിർത്തുന്നു. ഞങ്ങൾ കുറച്ച് ഭക്ഷണം കഴിക്കാൻ ഇഷ്ടപ്പെടുന്നു, ഒരിക്കലും വയറു നിറയ്ക്കരുത്. ഇങ്ങനെ ചെയ്യുന്നതിലൂടെ നമ്മുടെ വാർദ്ധക്യം കുറയുന്നതായി പഠനങ്ങളിൽ കാണാം.

വളരെക്കാലം സജീവമായി തുടരുക: ജപ്പാനിലെ ആളുകൾക്ക് വിരമിക്കൽ പ്രായം ഇല്ല. 60 വയസ്സ് കഴിഞ്ഞാലും ജോലി ചെയ്യാൻ ഞങ്ങൾ ഇഷ്ടപ്പെടുന്നു. വെറുതെ ഇരിക്കാനോ ഉറങ്ങാനോ ഞങ്ങൾ ഇഷ്ടപ്പെടുന്നില്ല, അതിനാൽ ഞങ്ങൾ സ്വയം തിരക്കിലാണ്

ജീവിതം പൂർണ്ണമായും ജീവിക്കുക: പ്രതികൂല സാഹചര്യങ്ങളിലും സന്തോഷത്തോടെ ജീവിക്കാൻ നമുക്കറിയാം. അനാവശ്യമായ ആകുലതകളിൽ നിന്നും വഴക്കുകളിൽ നിന്നും മാറി ജീവിതം ചിലവഴിക്കാൻ നമ്മൾ ഇഷ്ടപ്പെടുന്നു. ഞങ്ങളുടെ ജീവിതത്തിന് ചില ലക്ഷ്യങ്ങളുണ്ടെന്ന് ഞങ്ങൾ വിശ്വസിക്കുന്നതിനാൽ ഞങ്ങൾ സാമൂഹിക പ്രവർത്തനങ്ങൾ ചെയ്യുകയും ആളുകളെ സഹായിക്കുകയും ചെയ്യുന്നു.

മോശം ശീലങ്ങളിൽ നിന്ന് വിട്ടുനിൽക്കുക: പുകവലി, മദ്യപാനം, ഉപ്പിട്ട ഭക്ഷണങ്ങൾ, അമിതഭക്ഷണം മുതലായവ, ദോഷകരമായ ശീലങ്ങൾ നമ്മുടെ ദിനചര്യയിൽ ഉൾപ്പെടുത്തിയിട്ടില്ല, ഇത് ദീർഘായുസ്സിലേക്ക് നയിക്കുന്നു.

പൂർണ്ണഹൃദയത്തോടെ ചിരിക്കുക: മുഴുഹൃദയത്തോടെ ചിരിക്കുന്നത് ഒരു രോഗശാന്തിയാണ്; ശരീരവേദന, വിഷാദം തുടങ്ങിയ പ്രശ്നങ്ങൾ സ്വയം ഇല്ലാതാകും. ചിരിക്കുന്നതിലൂടെ നമ്മുടെ പ്രതിരോധശേഷി ശക്തിപ്പെടുന്നു, അതിനാൽ നമ്മൾ ഒരു അവസരത്തിലും ചിരിക്കില്ല. ഞങ്ങൾ ദിവസവും 15 മിനിറ്റ് ചിരിക്കുന്നു. ചിരിക്കുന്നതിലൂടെ നമ്മുടെ ശരാശരി പ്രായം 8 വർഷം കൂടുന്നു.

ജാപ്പനീസ് സാമൂഹിക ജീവിതം നയിക്കാൻ ഇഷ്ടപ്പെടുന്നു: നമ്മുടെ സാമൂഹിക ഐക്യമാണ് നമ്മെക്കുറിച്ചുള്ള പ്രശംസനീയമായ വസ്തുത. വ്യക്തിപരമായ ആവശ്യങ്ങളേക്കാൾ കൂട്ടായ ആവശ്യങ്ങൾക്കാണ് ഞങ്ങൾ മുൻഗണന നൽകുന്നത്. "സ്നേഹത്തിന് ജീവിതം കുറവായിരിക്കുമ്പോൾ, വിദ്വേഷത്തിന് ഹൃദയത്തിൽ സ്ഥാനം നൽകരുത്."

മറ്റുള്ളവരുടെ തെറ്റുകൾ പൊറുക്കുക, വലിയ മനസ്സോടെ, "നമുക്ക് മറക്കാൻ കഴിയാത്തവരോടും നമുക്ക് ക്ഷമിക്കാൻ കഴിയാത്തവരോടും ക്ഷമിക്കണം.

നാം അവരെ മറക്കണം." മറ്റുള്ളവരെ സന്തോഷിപ്പിക്കാൻ നമ്മൾ ശ്രമിക്കണം, കാരണം എല്ലാവരും സന്തോഷവാനാണെങ്കിൽ നമ്മൾ കൂടുതൽ സന്തോഷിക്കും.

എല്ലാ നിമിഷവും ആഘോഷിക്കൂ:

ആസ്വാദനം ഒരു സാഹചര്യമാണ്. മിക്കപ്പോഴും, ഇത് നിങ്ങളെത്തന്നെ ആശ്രയിച്ചിരിക്കുന്നു. സന്തുഷ്ടരായിരിക്കാൻ നമുക്ക് ഭാഗ്യം കുറവോ അതിലധികമോ ഉണ്ടായിരിക്കുമെന്നത് സത്യമാണെങ്കിലും, എല്ലായ്പ്പോഴും മാനസികാവസ്ഥയ്ക്കും ജീവിതത്തോടുള്ള മനോഭാവത്തിനും വിധേയമാണ്. അതിനാൽ, ഒരു ചോദ്യം ഉണ്ടാകുമ്പോഴെല്ലാം സന്തോഷം എങ്കിൽ അത് എങ്ങനെ ചെയ്യാമെന്നും എല്ലാ ദിവസവും പൂർണ്ണമായി എങ്ങനെ ആസ്വദിക്കാമെന്നും നമ്മൾ പഠിക്കണം.

സംതൃപ്തരായിരിക്കാൻ നമ്മെ സഹായിക്കുന്ന ചില നുറുങ്ങുകളും തന്ത്രങ്ങളും നോക്കാം. ഇന്ന്, സന്തോഷം നമ്മെ ആശ്രയിച്ചിരിക്കുന്നു, അനിയന്ത്രിതമായ ബാഹ്യ കാരണങ്ങളല്ലെന്ന് നമുക്ക് നന്നായി അറിയാം.

ഉള്ളടക്കം എങ്ങനെ തിരഞ്ഞെടുക്കാം:
സന്തുഷ്ടരായിരിക്കാൻ നാം തിരഞ്ഞെടുക്കണം എന്നതിന്റെ ആദ്യപടി നമുക്ക് വ്യക്തമായിരിക്കണം. എല്ലാ ദിവസവും സന്തോഷവാനായിരിക്കുക, ഇത് തീർച്ചയായും ഒരു ഓപ്ഷനാണ്. നമ്മൾ ജീവിക്കുന്ന സാഹചര്യങ്ങൾ, അത് ഒരു ഓപ്ഷനാണ്. നമ്മൾ വിശ്വസിക്കണോ വേണ്ടയോ. നമുക്ക് നിയന്ത്രിക്കാൻ കഴിയാത്ത പല കാര്യങ്ങളും ഉണ്ട്, എന്നാൽ അതിനർത്ഥം നമുക്ക് സന്തോഷമായിരിക്കാൻ കഴിയില്ല എന്നല്ല. ഉള്ളത് കൊണ്ട് തൃപ്തരാകാം. ഇപ്പോൾ, എന്തിനും സന്തുഷ്ടരായിരിക്കുക എന്നത് ഒരു ധാരണയാണെങ്കിലും, ഇതിനായി, നമ്മുടെ ഭാഗത്ത് കുറച്ച് ജോലികൾ ചെയ്യേണ്ടതുണ്ട്. ഇത് ഒറ്റരാത്രികൊണ്ട് കാണിക്കില്ല, ഞങ്ങൾ ഒരിക്കലും സന്തോഷവാനായിരിക്കുകയുമില്ല. ഈ പോയിന്റുകൾ അറിയുകയും പരിശീലിക്കുകയും ചെയ്യേണ്ടത് വളരെ പ്രധാനമാണ്.

നിങ്ങൾക്ക് എല്ലാം നിയന്ത്രിക്കാൻ കഴിയില്ലെന്ന് അറിയിക്കുക: എല്ലാം നിയന്ത്രിക്കാൻ ശ്രമിക്കുന്ന വ്യക്തി നിഷേധാത്മകത സൃഷ്ടിക്കുന്നു. കാരണം, ഈ ജീവിതത്തിൽ, എല്ലാം നിയന്ത്രിക്കുന്നത് അസാധ്യമാണ്. ചില കാര്യങ്ങൾ നമ്മുടെ കൈയിലല്ല എന്നറിയുകയും കാര്യങ്ങൾക്ക് ശരിയായ പ്രാധാന്യം നൽകുകയും വേണം. കാര്യങ്ങളുമായി ബന്ധപ്പെടുത്തേണ്ടത് പ്രധാനമാണ്. കാരണം, ഇനി പ്രാധാന്യമില്ലാത്ത കാര്യങ്ങളെക്കുറിച്ച് ചിലപ്പോൾ നമ്മൾ വളരെയധികം വിഷമിക്കുന്നു. ഇക്കാരണത്താൽ, വിശ്രമിക്കാൻ പഠിക്കുകയും നമ്മുടെ പരിധിക്കപ്പുറമുള്ള ചില കാര്യങ്ങൾ ഉണ്ടെന്ന് അംഗീകരിക്കുകയും വേണം.

വർത്തമാനകാലത്ത് ജീവിക്കുക: നമ്മൾ, മിക്കപ്പോഴും, മുൻകാല കാര്യങ്ങളെയും അനിവാര്യമായ കാര്യങ്ങളെയും കുറിച്ച് അമിതമായി ചിന്തിക്കുകയും വിഷമിക്കുകയും ചെയ്യുന്നു. ഇപ്പോൾ, വർത്തമാനകാലത്തേക്ക് ശ്രദ്ധിക്കേണ്ടത് പ്രധാനമാണ്. പോയ കാലങ്ങൾ തിരികെ നൽകാനാവില്ല. നിയന്ത്രിക്കാൻ കഴിയാത്ത കാര്യങ്ങൾ ആശങ്കപ്പെടാൻ യോഗ്യമല്ല. വർത്തമാനകാലത്ത് ജീവിക്കുന്ന ആളുകൾ ഏറ്റവും സന്തുഷ്ടരാണ്, കാരണം സമയം വളരെ വേഗത്തിൽ പറക്കുന്നുവെന്ന് അവർക്കറിയാം. അവർ ഇന്നത്തെ സമയം മുതലെടുക്കുന്നു.

ശ്രദ്ധപുലർത്തുക: സന്തുഷ്ടരായിരിക്കാനുള്ള ഏറ്റവും നല്ല പ്രവർത്തനങ്ങളിലൊന്നാണ് ശരീരത്തെ പരിപാലിക്കുന്നത്. കാരണം അത് നമുക്ക് ആത്മാഭിമാനവും ആരോഗ്യവും നൽകുന്നു.

നമുക്ക് പ്രയോജനകരമായ കാര്യങ്ങളിൽ ഒന്ന് ശാരീരിക ജോലിയാണ്. ദിവസവും നിങ്ങളുടെ വ്യായാമങ്ങൾ ചെയ്യുക. ഇത് നമ്മുടെ ശരീരത്തിന് മാത്രമല്ല, മനസ്സിൽ നല്ല സ്വാധീനം ചെലുത്തുന്നു, കാരണം ഇത് എൻഡോർഫിൻ ഹോർമോണുകൾ ഉത്പാദിപ്പിക്കുന്നു, ഇത് മാനസിക പ്രവർത്തനങ്ങൾ മെച്ചപ്പെടുത്തുകയും സന്തോഷവും സന്തോഷവും നൽകുകയും ചെയ്യുന്നു.

പോസിറ്റീവ് ആളുകളെ നിങ്ങൾക്ക് ചുറ്റും നിലനിർത്തുക: ചുറ്റുമുള്ള ആളുകൾ നമ്മുടെ സാധാരണ മാനസികാവസ്ഥയെ സ്വാധീനിക്കുന്നതായി ചിലപ്പോൾ നമുക്ക് തോന്നും. ശുഭാപ്തിവിശ്വാസമുള്ള ആളുകളുമായി നാം ചുറ്റപ്പെട്ടാൽ, നമുക്ക് കൂടുതൽ സന്തോഷവും കൂടുതൽ പോസിറ്റീവും അനുഭവപ്പെടും. ഇതൊരു വസ്തുതയാണ്, അതിനാൽ വിഷലിപ്തമായ ആളുകളെയും നമ്മെ സന്തോഷിപ്പിക്കുന്ന ആളുകളെയും തമ്മിൽ വേർതിരിച്ചറിയേണ്ടതുണ്ട്. ഇത് ആളുകളെ മാറ്റിനിർത്തുന്നതിനെക്കുറിച്ചല്ല, മറിച്ച് സന്തോഷം നൽകുന്ന ആളുകളുമായി ഞങ്ങൾ സ്വയം കീഴടങ്ങുകയും ആളുകളുടെ മാനസികാവസ്ഥ മാറ്റാൻ ശ്രമിക്കുകയും ചെയ്തേക്കാം.

ക്ഷമ പഠിക്കുക: നല്ല കാലത്ത് സന്തോഷത്തിന് അർത്ഥമില്ല. നേരത്തെ നടന്ന കാര്യങ്ങൾ ഇപ്പോൾ ജീവിതത്തിന്റെ ഭാഗമല്ല. ക്ഷമിക്കാൻ നാം പഠിക്കണം. നമുക്ക് നല്ലതല്ലാത്തത് ക്ഷമിക്കുകയും അത് ഉപേക്ഷിക്കുകയും വേണം.

ലോകത്തിന് ഉള്ളടക്കമുള്ള ആളുകളെ ആവശ്യമാണ്. അങ്ങനെയെങ്കിൽ, ഓരോ നിമിഷവും സന്തോഷത്തോടെ അറിയുന്ന ആദ്യ വ്യക്തികൾ നമ്മൾ എന്തുകൊണ്ട് ആയിക്കൂടാ? വരൂ, സന്തോഷം എന്റെ കൈകളിലാണെന്ന് സ്വയം പറയൂ. ലോകം നിങ്ങളുടെ ശക്തിയെ സംശയിക്കുന്നുവെങ്കിൽ, അസ്വസ്ഥരാകരുത്, കാരണം സ്വർണ്ണത്തിന്റെ പരിശുദ്ധി എപ്പോഴും സംശയിക്കപ്പെടുന്നു, പക്ഷേ ഇരുമ്പുകളുടേതല്ല. നിങ്ങളെ ബുദ്ധിമുട്ടിക്കുന്നവരെ ശ്രദ്ധിക്കരുത്. നിങ്ങൾക്ക് സംതൃപ്തി തോന്നുന്നവരുമായി സമയം ചെലവഴിക്കുക.

നിങ്ങൾക്ക് ചെയ്യാൻ കഴിയില്ലെന്ന് ആളുകൾ പറയുന്ന ആ ജോലി ചെയ്യുക എന്നതാണ് ഞങ്ങളുടെ ഏറ്റവും വലിയ സന്തോഷം.

ജീവിതം വളരെ വിചിത്രമാണ്. പ്രയാസകരമായ സമയങ്ങളിൽ, ഒരാൾക്ക് ഉറങ്ങാൻ കഴിയില്ല, സന്തോഷകരമായ സമയങ്ങളിൽ ആരും ഉറങ്ങാൻ ആഗ്രഹിക്കുന്നില്ല.

കണ്ണാടിയിൽ സ്വയം നോക്കുക, നിങ്ങൾക്ക് ഏറ്റവും ഇഷ്ടമുള്ളത് എന്താണെന്ന് കണ്ടെത്തുക, അത് പരിഗണിക്കുക.

ജീവിതത്തിൽ എല്ലാവർക്കും പ്രാധാന്യം നൽകുക, നല്ല ആളുകൾ പോസിറ്റിവിറ്റി നൽകും, മോശം ആളുകൾ നിങ്ങൾക്ക് പാഠങ്ങൾ നൽകും.
സഹായകരവും മികച്ച ചിന്താഗതിയുള്ളതുമായ ആളുകളെ പിന്തുടരുക.

നിങ്ങളുടെ ദുഃഖത്തിന് കാരണം നിങ്ങൾ മാത്രമാണ്. സ്വയം മാറുക, നിങ്ങൾക്ക് സംതൃപ്തി അനുഭവപ്പെടാൻ തുടങ്ങും.

ഒരു പൂച്ചെണ്ട് എടുത്ത് നിങ്ങളുടെ വീടിന്റെ വാതിലിനടുത്ത് വയ്ക്കുക.

എല്ലാവരോടും, പ്രത്യേകിച്ച് നിങ്ങളോട് ക്ഷമിക്കാൻ പഠിക്കുക.

നിങ്ങളുടെ പ്രിയപ്പെട്ട വസ്ത്രങ്ങൾ ധരിക്കുക.

നിങ്ങൾക്ക് കൈവശം വയ്ക്കാൻ കഴിയുന്നത് സന്തോഷം നല്ലതാണ്. കവിഞ്ഞൊഴുകുന്ന സന്തോഷം പരിഹാസ്യമാകുന്നു.

ഓർക്കുക, നമ്മൾ പുഞ്ചിരിച്ചുകൊണ്ട് ഉണരുന്ന പ്രഭാതങ്ങൾ ഉണ്ടായിരുന്നു, എന്നാൽ ഇപ്പോൾ അത് പുഞ്ചിരിക്കാതെ സന്ധ്യയാകുന്നു.

ജീവിതം വളരെ ചെറുതാണ്. വിഷാദത്താൽ അത് പാഴാക്കരുത്. എന്നിരുന്നാലും, ശുഭാപ്തിവിശ്വാസം പുലർത്താൻ പഠിക്കുക

മോശം കാര്യങ്ങളും മോശം ആളുകളും ശ്രദ്ധിക്കരുത്.

ജീവിതത്തിലെ ഏറ്റവും മികച്ചതും വലുതുമായ സന്തോഷം ഞങ്ങളുടെ ചെറിയ നിമിഷങ്ങളിൽ തടവിലാക്കപ്പെട്ടിരിക്കുന്നു, അത് നിങ്ങൾക്ക് മാത്രമേ മോചിപ്പിക്കാൻ കഴിയൂ.

ഫോൺ എടുത്ത് നിങ്ങൾ വളരെക്കാലമായി സംസാരിക്കാത്തവരുമായി സംസാരിക്കുക. ശരിക്കും പറഞ്ഞാൽ പറഞ്ഞറിയിക്കാൻ പറ്റാത്ത സന്തോഷം കിട്ടും.

ജീവിതത്തിൽ നിങ്ങളെ വഞ്ചിക്കുന്ന ധാരാളം ആളുകൾ ഉണ്ട്, പക്ഷേ അവസരങ്ങൾ എപ്പോഴും ഉണ്ടാകും. അത്തരം അവസരങ്ങളിൽ നിങ്ങൾക്ക് സന്തോഷിക്കാൻ പഠിക്കാം.

നിങ്ങളുടെ ജോലി തുടരുക. തിരക്കിലായിരിക്കുക, വെറുതെ സമയം ചെലവഴിക്കാതിരിക്കുക, അതിനാൽ നിങ്ങൾക്ക് സങ്കടപ്പെടാൻ സമയമില്ല.

നിങ്ങൾക്ക് എന്തും ചെയ്യാൻ കഴിയുമെന്ന് സ്വയം വിശ്വസിക്കുക.

ആളുകൾക്ക് സന്തോഷം നൽകുക. ഇത് ചെയ്യുന്നതിലൂടെ, നിങ്ങൾ ഭാഗ്യവാനായിരിക്കാനും പഠിക്കുന്നു.

ചിന്തിക്കുക, ജീവിക്കാൻ ഇന്ന് മാത്രമേയുള്ളൂ, അത് പാഴാക്കരുത്. ഒരു മതം പോലെ സന്തോഷത്തോടെ ജീവിക്കാൻ മാത്രം തീരുമാനിക്കുക.

പ്രചോദനം നൽകുന്ന ആളുകളുമായി സമയം ചെലവഴിക്കുക. അല്ലെങ്കിൽ നിങ്ങളെ പ്രചോദിപ്പിക്കുന്ന അത്തരം ആളുകളെക്കുറിച്ച് വായിക്കുക.

മറ്റുള്ളവരുടെ സന്തോഷത്തിൽ ദുഃഖിക്കുന്നത് നിങ്ങളുടെ മുഷിഞ്ഞ സമയം കുറയ്ക്കാൻ സഹായിക്കില്ല, അതിനാൽ അത് ചെയ്യരുത്.

നിങ്ങൾ സ്നേഹിക്കുന്ന വ്യക്തികൾ, നിങ്ങൾ അവരെ സ്നേഹിക്കുന്നുവെന്ന് അവരോട് പോയി പറയുക, നിങ്ങൾ ഒരു കാരണവുമില്ലാതെ സന്തോഷിക്കും.

നിങ്ങളുടെ ലക്ഷ്യസ്ഥാനത്തേക്ക് നല്ല ചുവടുകൾ എടുക്കുക.

നിങ്ങളെ സന്തോഷിപ്പിക്കുന്ന കാര്യങ്ങൾ നോക്കൂ.

നിങ്ങൾക്ക് സന്തോഷം നൽകുന്നതെന്തും സംസാരിക്കുക അല്ലെങ്കിൽ പാടുക.

മരങ്ങൾ, വെൽവെറ്റ് പൂച്ച മുതലായവ നിങ്ങൾക്ക് സന്തോഷം നൽകുന്ന കാര്യങ്ങളിൽ സ്പർശിക്കുക.

നിങ്ങളുടെ നല്ല സുഹൃത്തുക്കളുമായി സമയം ചെലവഴിക്കുക.

നാളെയെക്കുറിച്ച് ആകുലപ്പെട്ട് നിങ്ങൾക്ക് സന്തോഷം ശേഖരിക്കാനാവില്ല. നാളെ എന്നത് അനിശ്ചിതത്വത്തിലാണ്. അത് ആവാം അല്ലാതിരിക്കാം. നിങ്ങളുടെ പക്കലുള്ളത് ഇപ്പോൾ മാത്രമേ ഉള്ളൂ, അതിനാൽ ഇന്ന് സന്തോഷവാനായിരിക്കുക.

നിങ്ങൾ ഇതുവരെ ചെയ്യാത്തതും എന്നാൽ എപ്പോഴും ചെയ്യാൻ ആഗ്രഹിക്കുന്നതുമായ എന്തെങ്കിലും ചെയ്യുക. നിങ്ങൾക്ക് നിരാശപ്പെടാൻ സമയമില്ല.

നിങ്ങൾക്ക് സങ്കടപ്പെടാൻ പോലും സമയമില്ലാത്ത അത്തരമൊരു സമയമുണ്ടാകും, അതിനാൽ ഏത് സമയവും ആസ്വദിക്കാൻ പഠിക്കൂ.

പോസിറ്റീവ് വ്യക്തികളോടൊപ്പം നിൽക്കാൻ സ്വയം പഠിപ്പിക്കുക.

മറ്റുള്ളവരുടെ സംസാരത്തിൽ വിഷമിക്കരുത്.

നിങ്ങളുടെ കണ്ണുകൾ അടച്ച് പോസിറ്റീവ് കാര്യങ്ങൾ ശ്രദ്ധിക്കുക. നിങ്ങളുടെ ശീലങ്ങൾ മാറ്റുക.

കുട്ടികളുമായി സമയം ചെലവഴിക്കുക.

എല്ലാ ദിവസവും രാവിലെ എഴുന്നേറ്റ് "ഇന്ന് ഞാൻ സന്തോഷവാനായിരിക്കണം" എന്ന് തീരുമാനിക്കുക. ഒന്നിനെക്കുറിച്ചും വിഷമിക്കേണ്ട.

നിങ്ങൾ വിഷമിക്കുകയാണെങ്കിൽ, അത് നിങ്ങളുടെ ശരീരത്തെയും മനസ്സിനെയും വഷളാക്കും. നിങ്ങൾ ചിന്തിച്ചുകൊണ്ടിരുന്നാൽ മനസ്സും ബുദ്ധിയും വികസിക്കും. എപ്പോൾ മനുഷ്യർ അവരുടെ ചുറ്റുപാടിൽ പ്രയാസകരമായ സാഹചര്യങ്ങളെ അഭിമുഖീകരിക്കുന്നു, അപ്പോൾ രണ്ട് കാര്യങ്ങൾ ഉണ്ടാകാം- സമരം അല്ലെങ്കിൽ പിൻവാങ്ങൽ. ഉയർന്ന രക്തസമ്മർദ്ദം, വേഗത്തിലുള്ള ഹൃദയമിടിപ്പുകൾ,

പിരിമുറുക്കമുള്ള പേശികൾ എന്നിവയിലേക്ക് നയിക്കുന്ന ഈ സാഹചര്യത്തെ നേരിടാൻ ശരീരത്തിന്റെ സ്വയം പ്രവർത്തനങ്ങൾ പ്രത്യേകിച്ച് ശരീരത്തെ സജ്ജമാക്കുന്നു. ടെൻഷൻ എന്ന വാക്ക് 1940 ലാണ് വൈദ്യശാസ്ത്രത്തിൽ ആരംഭിച്ചത്.

"നാളെ" എന്ന വാക്കിൽ ഒരുപാട് സാധ്യതകളുണ്ട്. മനുഷ്യ പ്രകൃതം അവർ സന്തോഷവും സമാധാനവും സമൃദ്ധിയും വിജയവും ആഗ്രഹിക്കുന്നതാണ്, എന്നാൽ ഈ ആധുനിക കാലത്ത് ഇവ എളുപ്പത്തിൽ നേടിയെടുക്കാൻ കഴിയില്ല. ചില ജീവിത പ്രശ്നങ്ങൾക്ക് പരിഹാരമില്ല, എന്നാൽ ചിലത് തോന്നുന്നത്ര ബുദ്ധിമുട്ടുള്ളതല്ല. മാനസിക വ്യായാമങ്ങൾ എല്ലാ പ്രശ്നങ്ങളും പരിഹരിക്കുന്നു. സാധാരണഗതിയിൽ ചിലപ്പോഴൊക്കെ പിരിമുറുക്കങ്ങൾ ഉണ്ടാകാം, എന്നാൽ മാനസികവും ശാരീരികവുമായ സാഹചര്യങ്ങൾ ഇങ്ങനെ തുടർന്നാൽ നമ്മുടെ ശരീരഭാഗങ്ങൾ ദുർബലമാകും. വോട്ടൺ ടെമ്പിൾ മനുഷ്യജീവിതത്തെക്കുറിച്ച് ശരിയായി അഭിപ്രായപ്പെട്ടു, "മനുഷ്യർ കരഞ്ഞുകൊണ്ടാണ് ജനിക്കുന്നത്, പരാതിപ്പെട്ടു ജീവിക്കുന്നു, ഒടുവിൽ നിരാശരായി മരിക്കുന്നു." വർത്തമാനകാലത്ത് ജീവിക്കുന്ന ആളുകൾ യഥാർത്ഥ ജീവിതം ആസ്വദിക്കുന്നു. കാരണം ഭൂതകാലങ്ങൾ കഴിഞ്ഞുപോയതാണ്, അത് സങ്കടമായാലും സന്തോഷമായാലും, ഇപ്പോൾ ഒരു പ്രാധാന്യവുമില്ല.

രക്ഷപെടാനുള്ള നുറുങ്ങുകൾ

പല കാരണങ്ങളാൽ എപ്പോഴും ടെൻഷനിൽ കഴിയുന്ന എത്രയോ രോഗികൾ നമുക്കുണ്ട്. അവരിൽ ചിലർ വളരെ ടെൻഷനുള്ളവരാണ്, സൈക്കോളജിസ്റ്റുകളെ കണ്ടും മരുന്ന് കഴിച്ചാലും അവരുടെ പ്രശ്നങ്ങൾ വർദ്ധിക്കുന്നു. ഇത് ചെയ്യുന്നതിലൂടെ, വ്യക്തി മാത്രമല്ല, മുഴുവൻ കുടുംബവും കുഴപ്പത്തിലാകുന്നു. ചില സന്ദർഭങ്ങളിൽ, ഈ കുടുംബ പിരിമുറുക്കങ്ങൾ കാരണം കുടുംബങ്ങൾ തകരുന്നു.

ഇത്തരം സന്ദർഭങ്ങളിൽ, കൂടിയാലോചനയ്ക്കും ശരിയായ ചികിത്സയ്ക്കും ശേഷം ചില നുറുങ്ങുകളും

പരിഹാരങ്ങളും നൽകുന്നു. അവരിൽ ചിലർ വളരെ സാധാരണക്കാരാണ്, എന്നാൽ വളരെ ശക്തരാണ്. പല രോഗികൾക്കും പ്രയോജനകരമായ വിജയകരമായ നുറുങ്ങുകൾ ഇനിപ്പറയുന്നവയാണ്:

1. ആദ്യം എല്ലാറ്റിന്റെയും പോസിറ്റീവ് വശം നോക്കുക. നമ്മുടെ ജീവിതത്തിൽ സംഭവിക്കുന്നതെന്തും നമുക്ക് വേണ്ടിയാണെന്ന് വിശ്വസിക്കുക.

2. നിങ്ങളുടെ ലക്ഷ്യം സജ്ജീകരിക്കുകയും അവ നേടുന്നതിന് ശരിയായ പദ്ധതി തയ്യാറാക്കുകയും ചെയ്യുക. സ്വപ്നങ്ങളിൽ ജീവിക്കരുത്. മറ്റുള്ളവരോടോ സ്വന്തം സ്വന്തത്തോടോ അല്ല, വളരെയധികം പ്രതീക്ഷകൾ ഉണ്ടാകരുത്. എല്ലാവരും തെറ്റുകൾ വരുത്തുന്നു, അതിനാൽ അത് നിങ്ങളുടെ ഹൃദയത്തിൽ എടുക്കരുത്.

3. നെഗറ്റീവ് ആളുകളിൽ നിന്ന് അകന്നു നിൽക്കുക. എന്തിനും ഏതിനും പല അർത്ഥങ്ങളുണ്ടാകാം. അവയിൽ നിന്ന് നല്ലത് സ്വീകരിക്കുക, ബാക്കിയുള്ളവ ഉപേക്ഷിക്കുക.

4. ഹൃദയപൂർവ്വം ചിരിക്കുക. സ്വയം പരിഹാസ്യമായ ഏത് പരിഹാസവും തമാശയായി മാത്രം എടുക്കുക. കാര്യങ്ങളെ ഗൗരവമായി കാണരുത്.

5. ദിവസവും 2-3 കിലോമീറ്റർ നടക്കുക. കൂടാതെ ദിവസവും 20-25 മിനിറ്റ് വ്യായാമം ചെയ്യുക.

6. ചൗമീൻ, ബർഗർ, പിസ്സ തുടങ്ങിയ ജങ്ക് അല്ലെങ്കിൽ ഫാസ്റ്റ് ഫുഡിൽ നിന്ന് വിട്ടുനിൽക്കുക.

7. നിങ്ങളുടെ ഭക്ഷണത്തിൽ കൂടുതൽ ആസിഡ് പഴങ്ങളും വെള്ളവും ചേർക്കുക.

8. സംഗീതം കേൾക്കൽ, പൂന്തോട്ടപരിപാലനം, പെയിന്റിംഗ്, ഡ്രൈവിംഗ്, നീന്തൽ തുടങ്ങിയ നിങ്ങളുടെ ഹോബികൾ പരിശീലിക്കുക.

9. വീട്ടിലും പുറത്തുമുള്ള ജോലികൾ പങ്കിടുക. എല്ലാം സ്വയം ചെയ്യണമെന്ന് ശഠിക്കരുത്.

10. ഓർക്കുക, നിങ്ങൾക്ക് എല്ലാവരെയും സന്തോഷിപ്പിക്കാൻ കഴിയില്ല. ശരിയായ ജോലി ചെയ്യുക, ആരെങ്കിലും സന്തുഷ്ടനല്ലെങ്കിൽ, വിഷമിക്കേണ്ട. ക്രമേണ എല്ലാവർക്കും മനസ്സിലാകും.

11. എല്ലാ ജോലികളും വേഗത്തിൽ ചെയ്യണം. എന്നാൽ നിങ്ങൾ അതിന് 5 മിനിറ്റ് കൂടി നൽകിയാൽ, ജോലി ചെയ്യാൻ തിടുക്കം ഉണ്ടാകില്ല.

12. എല്ലാ ദിവസവും 10 മിനിറ്റ് പ്രകൃതിയെ നോക്കി ആസ്വദിക്കൂ. ഇത് ദൈവത്തിന്റെ ദാനമാണ്. ആകാശത്തിലെ മേഘങ്ങൾ, തണുത്ത കാറ്റ്, വിരിയുന്ന പൂക്കൾ, ചിലമ്പിക്കുന്ന പക്ഷികൾ, അണ്ണാൻ കളിക്കുന്നത് എല്ലാം നിങ്ങൾക്കായി നിർമ്മിച്ചതാണ്.

13. ഒരു ഇരയായി സ്വയം ചിന്തിക്കുന്നത് നിർത്തുക.

നല്ല ശീലങ്ങൾ

ജീവിതത്തിൽ വിജയിക്കണമെങ്കിൽ കഠിനാധ്വാനം മാത്രം പോരാ; നിങ്ങൾ എത്ര സമർത്ഥമായി പ്രവർത്തിക്കുന്നു എന്നതിനെ ആശ്രയിച്ചിരിക്കുന്നു. നമ്മൾ എല്ലാവരും വിജയിക്കാൻ ആഗ്രഹിക്കുന്നു. എന്നാൽ നമ്മളിൽ മിക്കവരും തെറ്റായ ഫീൽഡിൽ സമയം പാഴാക്കുന്നു. അതിനാൽ, ലളിതമായ ശീലങ്ങളിലൂടെയും സമർത്ഥമായി ചിന്തിക്കുന്നതിലൂടെയും നിങ്ങൾക്ക് നിങ്ങളുടെ വിജയത്തെ ഉയർന്ന തലത്തിലേക്ക് കൊണ്ടുപോകാൻ കഴിയും. നല്ല ശീലങ്ങൾ നമ്മുടെ ജീവിതത്തിന് വളരെ പ്രധാനമാണ്. നമ്മുടെ കുട്ടിക്കാലത്തുതന്നെ നല്ല ശീലങ്ങൾ പഠിപ്പിക്കപ്പെടുന്നു, അവ ജീവിതകാലം മുഴുവൻ നമ്മോടൊപ്പം നിലനിൽക്കും. ഇനിപ്പറയുന്ന ഭാഗത്ത്, മൂന്ന് വ്യത്യസ്ത പദ പരിധികളുമായി ബന്ധപ്പെട്ട നല്ല ശീലങ്ങളുടെ വ്യത്യസ്ത വശങ്ങൾ അറിയാൻ ഞങ്ങൾ ശ്രമിക്കും.

ഇവ താഴെ പറയുന്നവയാണ്:

1. നേരത്തെയുള്ള ഉദയം: പ്രഭാത സമയം വളരെ പ്രയോജനകരമാണ്. നിങ്ങളുടെ മനസ്സും ശരീരവും, രണ്ടും ഫ്രഷ് ആണ്. വരാനിരിക്കുന്ന നീണ്ട ദിവസത്തിനായി നിങ്ങൾ തയ്യാറെടുക്കുകയാണ്. നിങ്ങളുടെ ദിവസം ഓഫീസിൽ നിന്ന് ആരംഭിക്കരുത്, പക്ഷേ രണ്ട് മണിക്കൂർ മുമ്പ് ആരംഭിക്കുക. നിങ്ങളുടെ ലക്ഷ്യങ്ങൾ തീരുമാനിക്കുക. നിങ്ങൾ ചെയ്യേണ്ട കാര്യങ്ങളുടെ ഒരു ലിസ്റ്റ് ഉണ്ടാക്കി നിങ്ങൾ അത് പിന്തുടരുന്നുവെന്ന് ഉറപ്പാക്കുക.

2. പതിവ് വ്യായാമം: ആരോഗ്യകരമായ ജീവിതത്തിന്, ആരോഗ്യമുള്ള ശരീരം ഉണ്ടായിരിക്കേണ്ടത് ആവശ്യമാണ്. ഇത് ചെയ്യുന്നതിലൂടെ, നിങ്ങളുടെ ലക്ഷ്യം നേടാനാകും. ദിവസവും വ്യായാമം ചെയ്യുക, അങ്ങനെ നിങ്ങളുടെ ശരീരം കൂടുതൽ ശക്തമാകും, അത് വിജയം നേടുന്നതിന് ആവശ്യമാണ്.

3. സ്വയം തയ്യാറാകൂ: നിങ്ങളുടെ ആത്മവിശ്വാസം ഉയർന്നതാണെങ്കിൽ, നിങ്ങൾ പകുതി യുദ്ധത്തിൽ വിജയിക്കും. നിങ്ങൾ നന്നായി കാണുകയാണെങ്കിൽ, നിങ്ങളുടെ ആത്മവിശ്വാസം ഉയർന്നതായിരിക്കും. ലോകം നിങ്ങളെ വ്യത്യസ്തമായി കാണും.

4. ശരിയായ ഭക്ഷണം: നിങ്ങളുടെ ഭക്ഷണക്രമം മുന്നോട്ട് പോകാനും ഉറങ്ങാതിരിക്കാനും നിങ്ങളെ നിർബന്ധിക്കുന്ന തരത്തിലായിരിക്കണം. ഉച്ചഭക്ഷണത്തിന് ശേഷം നിങ്ങൾക്ക് അലസതയും ഉറക്കവും അനുഭവപ്പെടുകയാണെങ്കിൽ, അതിനർത്ഥം നിങ്ങളുടെ ഭക്ഷണ ശീലങ്ങൾ മാറ്റണം എന്നാണ്. ലഘുവും പോഷകപ്രദവുമായ ഭക്ഷണം കഴിക്കുക.

നിങ്ങളുടെ സൗഹൃദം സൂക്ഷിക്കുക

സൗഹൃദം വളരെ വ്യത്യസ്തമായ ബന്ധമാണ്. നല്ല സമയത്തും ചീത്ത സമയത്തും സുഹൃത്തുക്കൾ എപ്പോഴും സഹായിക്കും. നിങ്ങളുടെ സുഹൃത്തുക്കൾക്ക് നിങ്ങൾ ഏത് തരത്തിലുള്ള സുഹൃത്താണെന്ന് നിങ്ങൾ ശ്രദ്ധിച്ചിട്ടുണ്ടോ? ഇല്ലെങ്കിൽ, എന്താണ് കുറവെന്ന് ഞങ്ങളെ അറിയിക്കുക.

എല്ലാ ബന്ധങ്ങളിലും ഇത് സംഭവിക്കുന്നു, എന്നാൽ സൗഹൃദത്തിൽ ഇത് ഏറ്റവും ബാധകമാണ്. നിങ്ങളുടെ സുഹൃത്തിന് ജീവിതത്തിൽ എന്തെങ്കിലും സന്തോഷം

ലഭിക്കുകയാണെങ്കിൽ, നിങ്ങൾക്കും അവനോട് സന്തോഷം തോന്നുന്നു. അതിനാൽ, ഒരു നല്ല സുഹൃത്താകാൻ നിങ്ങൾ യോഗ്യനാണ്.

എന്നാൽ നിങ്ങൾക്ക് അസൂയയുണ്ടെങ്കിൽ, ഒരു നല്ല സുഹൃത്താകാൻ നിങ്ങൾ കഠിനാധ്വാനം ചെയ്യേണ്ടിവരും.

ഇത് നല്ല നിലവാരമുള്ളതായിരിക്കണം, പക്ഷേ സൗഹൃദത്തിന് ഇത് വളരെ ആവശ്യമാണ്. കാരണം സുഹൃത്തുക്കൾക്കിടയിൽ ഔപചാരികതയില്ല, കൂടുതലും നമ്മുടെ സന്തോഷം സുഹൃത്തുക്കളുമായി പങ്കിടാൻ ആഗ്രഹിക്കുന്നു. എന്നാൽ സുഹൃത്തുക്കളും മനുഷ്യരാണെന്നും അവരുടെ വികാരങ്ങൾ പങ്കിടാൻ ആരെയെങ്കിലും ആവശ്യമാണെന്നും നിങ്ങൾ മനസ്സിലാക്കണം. അതിനാൽ, ഒരു സുഹൃത്തിന്റെ പ്രശ്നങ്ങൾ ശ്രദ്ധിക്കുകയും അവരെ മനസ്സിലാക്കുകയും അവരെ പിന്തുണയ്ക്കുകയും ചെയ്യുന്ന ഒരു വ്യക്തിയാണ് നല്ല സുഹൃത്ത്. ഇതുകൂടാതെ, നമ്മുടെ തെറ്റുകൾ കണ്ണാടിയിൽ കാണിക്കുന്ന ഒരു നല്ല സുഹൃത്താണ്.

എപ്പോഴും പോസിറ്റീവായിരിക്കുക. നിങ്ങൾ പോസിറ്റീവ് ആണെങ്കിൽ, നിങ്ങളുടെ സുഹൃത്തുക്കൾക്ക് വലിയ സന്തോഷം ലഭിക്കും. നല്ല കൂട്ടുകെട്ട് നമ്മുടെ ജീവിതത്തെ ആഴത്തിൽ സ്വാധീനിക്കുന്നു എന്നാണ് പറയുന്നത്. നല്ല കമ്പനിയാണ് ഒരാളുടെ സ്വഭാവം ഉണ്ടാക്കുന്നത്. അതിനാൽ,

നമ്മുടെ സ്വഭാവ രൂപീകരണത്തിൽ നല്ല പങ്ക് വഹിക്കുന്ന അത്തരം സുഹൃത്തുക്കളെ നാം തിരഞ്ഞെടുക്കണം. മോശം കൂട്ടുകെട്ടിൽ, നമുക്കും നമ്മുടെ കുടുംബത്തിനും പ്രശ്നങ്ങൾ സൃഷ്ടിക്കാൻ കഴിയും.

സൗഹൃദത്തിന്റെ നിയമങ്ങൾ

1. ചെറിയ കാര്യങ്ങളെക്കുറിച്ചുള്ള തെറ്റിദ്ധാരണകളുടെ ഇരയാകരുത്.

2. വൈകാരികമായി തെറ്റായ തീരുമാനം എടുക്കരുത്. സുഹൃത്തുക്കളോട് തുറന്നു സംസാരിക്കുക.

3. ഏത് സാഹചര്യത്തിലാണ് നിങ്ങളുടെ സുഹൃത്ത്

നിങ്ങളെ ദേഷ്യം പിടിപ്പിച്ചതെന്ന് അറിയാൻ ശ്രമിക്കുക.

4. നിങ്ങളുടെ സുഹൃത്തിന്റെ വിശ്വാസം ഒരിക്കലും തകർക്കരുത്.

5. നിങ്ങളുടെ സുഹൃത്തിന്റെ സുഹൃത്തുക്കളുമായി സൗഹൃദം പുലർത്താൻ ശ്രമിക്കരുത്.

6. എല്ലാവരും തെറ്റുകൾ വരുത്തുന്നു. അവരെ അവഗണിക്കാനും പരസ്പരം ക്ഷമിക്കാനും അവ ആവർത്തിക്കില്ലെന്ന് വാഗ്ദാനം ചെയ്യാനും ശ്രമിക്കുക.

7. ചെറിയ പ്രശ്നങ്ങൾക്ക് പ്രാധാന്യം നൽകരുത്.

8. "അവൻ എനിക്ക് SMS അയച്ചില്ല," "അവൻ എന്നെ ആഗ്രഹിച്ചില്ല," "അവൻ എനിക്ക് കുറിപ്പുകൾ തന്നില്ല," "എന്റെ ജോലി ചെയ്യാൻ അവൻ വിസമ്മതിച്ചു" തുടങ്ങിയ ചെറിയ പ്രശ്നങ്ങളിൽ ചിലപ്പോൾ സൗഹൃദം തകരുന്നു. ഇവയിൽ നിന്നെല്ലാം അകന്നു നിൽക്കുക.

9. ആളുകൾക്ക് മറ്റുള്ളവരുടെ നല്ല സൗഹൃദം ദഹിക്കാനാവില്ല. നിങ്ങളുടെ സൗഹൃദത്തിനായി മറ്റുള്ളവരെ വിശ്വസിക്കരുത്.

10. പരസ്പരം മനസ്സിലാക്കുക. നല്ല സൗഹൃദത്തിന്റെ താക്കോലാണ് മനസ്സിലാക്കൽ.

ജീവിക്കാൻ പഠിക്കുക

ജീവിതം വളരെ സന്തോഷകരവും ആനന്ദകരവുമാണ്, പക്ഷേ ജീവിതരീതികൾ മനസ്സിലാക്കാൻ നിങ്ങൾക്ക് കഴിയാതെ വന്നേക്കാം. നിങ്ങളുടെ ജീവിതം എങ്ങനെ ജീവിക്കുന്നു എന്നത് പൂർണ്ണമായും നിങ്ങളെ ആശ്രയിച്ചിരിക്കുന്നു. ശരിയായ ബദലുകൾ തിരഞ്ഞെടുക്കുന്നത് സന്തോഷത്തിന്റെയും ജീവിതത്തിന്റെയും യഥാർത്ഥ അർത്ഥം തിരയാനുള്ള ശരിയായ മാർഗമാണ്. പലപ്പോഴും, ജീവിതത്തിൽ മുന്നോട്ട് പോകണമെന്ന് ഞങ്ങൾ ചിന്തിക്കുന്നു, പക്ഷേ ഒരിക്കലും ചെയ്യുന്നില്ല. മുന്നോട്ട് പോകുന്നതിലൂടെ നമ്മുടെ സ്വപ്നങ്ങൾ സാക്ഷാത്കരിക്കണമെങ്കിൽ, ജീവിതത്തിൽ വരാനിരിക്കുന്ന മാറ്റങ്ങൾ സ്വീകരിക്കാൻ നാം തയ്യാറാകണം.

1. എല്ലാ ദിവസവും എന്റെ ജീവിതത്തിൽ സംഭവിക്കുന്ന സംഭവങ്ങളെ എനിക്ക് നിയന്ത്രിക്കാൻ കഴിയില്ല, എന്നാൽ അവയോട് ഞാൻ എങ്ങനെ പ്രതികരിക്കുന്നു എന്നത് എന്റെ നിയന്ത്രണത്തിലാണ്. അതിനാൽ, എല്ലായ്പ്പോഴും ഓർക്കുക, സംഭവങ്ങൾ എല്ലായ്പ്പോഴും നമ്മുടെ ശക്തിക്ക് അതീതമാണ്, പക്ഷേ അവ കൈകാര്യം ചെയ്യുന്നത് നമ്മുടെ കൈയിലാണ്. ഇതാണ് എന്റെ ശക്തി, എനിക്ക് അത് ആക്സസ് ചെയ്യേണ്ടതുണ്ട്.

2. ലോകം എപ്പോഴും മാറിക്കൊണ്ടിരിക്കുകയാണെന്ന് നാം മനസ്സിലാക്കണം. അങ്ങനെ നമ്മുടെ ജീവിതവും ലോകവും മാറിക്കൊണ്ടിരിക്കും. ഈ മാറ്റങ്ങൾ നാം സ്വീകരിച്ചാലും ഇല്ലെങ്കിലും അവ സംഭവിക്കും. മാറ്റങ്ങൾ സ്വീകരിക്കുന്നതാണ് നല്ലത്. ഈ മാറ്റങ്ങൾ അംഗീകരിക്കുന്നത് നിങ്ങൾക്ക് സന്തോഷം നൽകും. പലപ്പോഴും ചില സംഭവങ്ങൾ നമ്മുടെ ജീവിതത്തിൽ സംഭവിക്കാറുണ്ട്, അത് നമ്മെ നിരാശരും നിരാശരുമാക്കുന്നു. ജീവിതം ഒരു നീണ്ട

യാത്രയാണെന്ന് എപ്പോഴും ഓർക്കുക. അതിനാൽ, നമ്മൾ മുന്നോട്ട് പോകുകയും മാറ്റങ്ങൾ സ്വീകരിക്കുകയും വേണം. പുതിയ അനുഭവങ്ങൾ ഉണ്ടാകും. ഇനിയും ഒരുപാട് കാര്യങ്ങൾ ചെയ്യാൻ അവസരങ്ങൾ ഉണ്ടാകും. ജീവിതത്തിൽ മാറ്റം അനിവാര്യമാണ്.

3. ഓരോ വ്യക്തിയും ജീവിതത്തിൽ പുരോഗമിക്കാൻ ആഗ്രഹിക്കുന്നു. എന്നാൽ അതിനായി, നമുക്ക് തോന്നുന്ന കംഫർട്ട് സോണിൽ നിന്ന് പുറത്തുവരേണ്ടതുണ്ട് വളരെ കഠിനമായ. ഒരിടത്ത് ഇരുന്ന്, ഒരുതരം സാഹചര്യങ്ങളിൽ ജീവിക്കുന്നത് നമ്മുടെ ഭാവിയെ അന്ധകാരത്തിലേക്ക് കൊണ്ടുപോകുന്നു അതിനാൽ, എല്ലായ്പ്പോഴും മുന്നോട്ട് വരികയും സാഹചര്യത്തെ ധൈര്യത്തോടെ നേരിടുകയും സമയത്തിനനുസരിച്ച് സ്വയം മാറുകയും ചെയ്യുക. സാഹചര്യങ്ങൾ മാറും.

4. പോയ കാലം ഒരിക്കലും തിരിച്ചു വരില്ലെന്ന് എപ്പോഴും ഓർക്കുക. എന്നാൽ വരാനിരിക്കുന്ന സമയം മനോഹരമാക്കാം. അതിനാൽ മുന്നോട്ട് വരൂ. പുതിയ വെല്ലുവിളികൾ സ്വീകരിക്കുക. വിഷമകരമായ വർത്തമാനകാലം നമ്മെ പ്രോത്സാഹിപ്പിക്കും, കാരണം അത് മനോഹരമായ ഒരു ഭാവിക്കായി കാത്തിരിക്കുന്നു.

5. തങ്ങളുടെ ഏറ്റവും നിഷേധാത്മക ശീലങ്ങൾ ഉപേക്ഷിക്കാൻ കഴിയാത്ത വ്യക്തികൾ പിന്നിലാകുന്നു. പഴയതും ദുഃഖകരവും നിഷേധാത്മകവുമായ ഓർമ്മകളോട് നാം എപ്പോഴും ചേർന്നുനിൽക്കുന്നു, ഓരോ നിമിഷവും വേദനകൾ സഹിക്കുന്നു. അത് മറ്റാർക്കും ഒരു വ്യത്യാസവും ഉണ്ടാക്കുന്നില്ല. കഴിഞ്ഞ കാര്യങ്ങൾ ക്ഷമിച്ചുകൊണ്ട്, വർത്തമാനകാലത്തിന്റെ പേന എടുത്ത്, ഒരു സുവർണ്ണ ഭാവിയുടെ നിർമ്മാണത്തിനായി നിങ്ങളുടെ ഭാവി എഴുതുക.

6. പുതിയതായി എന്തെങ്കിലും ചെയ്യാൻ ആഗ്രഹിക്കുന്ന ഒരു സർഗ്ഗാത്മക ശക്തി നമ്മുടെ ഉള്ളിലുണ്ട്. പോസിറ്റീവ് ചിന്ത വളരുന്നു. സാഹചര്യങ്ങളെ നേരിടാനുള്ള ശക്തി നമുക്ക് ലഭിക്കും. പുതിയ ജീവിതാനുഭവങ്ങൾ ഉണ്ടാകും. പുതിയ വെല്ലുവിളികൾ വിജയകരമായി സ്വീകരിച്ചുകൊണ്ട് നമ്മുടെ ചിന്തകൾ മാറുന്നു. നമുക്ക് പുതിയ ചിന്തകൾ ലഭിക്കുകയും പുതിയ വഴികൾ തേടുകയും ചെയ്യുന്നു. നമ്മൾ മുന്നോട്ട് പോകുമ്പോഴെല്ലാം ഓർക്കുക, പുതിയ അവസരങ്ങൾ നമ്മെ കാത്തിരിക്കുന്നു. ഈ അവസരങ്ങൾ പ്രയോജനപ്പെടുത്തുന്നതിന്, ശക്തമായ നിശ്ചയദാർഢ്യത്തോടെയും ക്ഷമയോടെയും നാം നമ്മുടെ ചുവടുകൾ എടുക്കേണ്ടതുണ്ട്. ഇവിടെ നിന്ന് നമ്മുടെ പുതിയതും ശക്തവുമായ ജീവിതം ആരംഭിക്കുന്നു.

7. നിങ്ങൾ ആരംഭിക്കുന്ന ഏത് ജോലിയായാലും നിങ്ങളുടെ 100% പ്രയത്നം നൽകണമെന്നുള്ള ഒരു ജീവിത നിയമം കൂടി ആക്കുക. നിങ്ങൾ അത് നിങ്ങളുടെ ഏറ്റവും മികച്ച രീതിയിൽ ചെയ്യാൻ തുടങ്ങിയാൽ, മനോഹരമായ ഒരു ഭാവി നിങ്ങളെ കാത്തിരിക്കുന്നു.

8. അതിനാൽ, ഈ ലക്ഷ്യം കൈവരിക്കേണ്ടതുണ്ടെന്ന് നാം നിർണ്ണയിക്കേണ്ടതുണ്ട്.

9. ജീവിതത്തിലെ ചെറിയ സന്തോഷം ആഘോഷിക്കാൻ തുടങ്ങുക. ആരെങ്കിലും നിങ്ങളെ അഭിനന്ദിച്ചാലും ഇല്ലെങ്കിലും, നിങ്ങൾ നിങ്ങളുടെ പുറകിൽ തട്ടി സ്വയം പ്രോത്സാഹിപ്പിക്കണം. നിങ്ങളുടെ ജോലിയിൽ നിങ്ങൾ പരാജയപ്പെടുമ്പോഴെല്ലാം, ഉത്തരവാദിത്തം ഏറ്റെടുക്കുക, ഇതിൽ നിന്ന് പഠിക്കുക, പുതിയ പാതയിലൂടെ മുന്നോട്ട് പോകുക. പരാജയങ്ങൾ മറികടക്കുന്നതുവരെ ആർക്കും പൂർണ വിജയം ലഭിക്കാത്തതിനാൽ നാണക്കേടിന്റെ ആവശ്യമില്ല. ഇതാണ് ജീവിതം.

10. എന്റെ ജീവിതത്തിൽ നാം എപ്പോഴും പോസിറ്റീവായി നിലകൊള്ളണം. അതിനായി, എല്ലാ പ്രശ്നങ്ങളിലും പരാജയങ്ങളിലും പിരിമുറുക്കങ്ങളിലും പോസിറ്റീവ് ചിന്തകളോടെ സ്വയം കൈകാര്യം ചെയ്യാൻ പഠിക്കാനുള്ള രീതി നാം സ്വീകരിക്കേണ്ടതുണ്ട്. അപ്പോൾ പല പ്രശ്നങ്ങളും സ്വയം കൈകാര്യം ചെയ്യും. കാരണം എല്ലാ പ്രശ്നങ്ങളുടെയും പരിഹാരം നമ്മുടെ മനസ്സിന്റെ ചിന്തകൾക്കുള്ളിലാണ്.

11. ഏത് തരത്തിലുള്ള വെല്ലുവിളിക്കും എന്റെ വഴിയിൽ തടസ്സങ്ങൾ സൃഷ്ടിക്കാൻ കഴിയില്ല. പക്ഷേ അങ്ങനെ ചെയ്താൽ അതിനർത്ഥം ആ വെല്ലുവിളിയുടെ തോൽവി ഞാൻ സ്വീകരിച്ചുവെന്നാണ്. ജീവിക്കുക എന്നത് ജീവിതമാണ്. ജീവിതത്തിൽ തോൽവികളും വിജയങ്ങളുമുണ്ടെന്നത് സത്യമാണ്, പക്ഷേ ജീവിതം ഒരിക്കലും നിലയ്ക്കില്ല. ഈ തെറ്റുകളിൽ നിന്ന് പാഠം ഉൾക്കൊണ്ടാണ് നമ്മൾ നമ്മുടെ ചുവടുകൾ മുന്നോട്ട് വെക്കുന്നത്.

12. ഏത് തരത്തിലുള്ള ഭയവും നമ്മുടെ സ്വന്തം ധാരണയാണ്. ഭയത്തിന് യഥാർത്ഥ അസ്തിത്വമില്ല. ഭയം എപ്പോഴും ഒരു വെല്ലുവിളിയായി മുന്നോട്ട് പോകാനും ധൈര്യം വളർത്താനും ശക്തി സൃഷ്ടിക്കാനും നമ്മെ പഠിപ്പിക്കുന്നുവെന്ന് എല്ലായ്പ്പോഴും ഓർക്കുക.

13. ഈ ഭയങ്ങൾക്കു മുന്നിൽ തലകുനിക്കുന്ന ഏതൊരാൾക്കും ജീവന്റെ ശക്തിയില്ല. ഭയം നിങ്ങളുടെ ഏറ്റവും വലിയ ശത്രുവാണെന്ന് നിങ്ങൾ കരുതുന്നുവെങ്കിൽ, നിങ്ങൾ അതിനോട് പോരാടുന്നത് തുടരുകയും വിജയിയാകുകയും ചെയ്യും. കാരണം നമ്മുടെ ചിന്തകളിൽ നിന്നാണ് ഭയം ജനിക്കുന്നത്, അതിനെ നശിപ്പിക്കേണ്ടതുണ്ട്.

14. നമ്മുടെ ജീവിതത്തിൽ സന്തോഷത്തിന്റെ ഒരു സ്വർണ്ണഖനിയുണ്ട്. ഇത് നമ്മുടെ ഉള്ളിലാണ്, അതിനാൽ നമ്മുടെ സന്തോഷം സ്വയം

ഉണർത്തുകയും നമ്മുടെ ജീവിതം സമൃദ്ധമാക്കാൻ ശ്രമിക്കുകയും വേണം. ഇതിനായി, വർത്തമാനകാലത്ത് നമ്മുടെ പ്രധാനപ്പെട്ടതും പ്രയോജനകരവും ക്രിയാത്മകവും പോസിറ്റീവുമായ ശക്തികളെ ഉണർത്താൻ ധ്യാനം പരിശീലിക്കേണ്ടതുണ്ട്. ജീവിതത്തിൽ ഈ കല പഠിക്കുകയാണെങ്കിൽ, കുറച്ച് നിമിഷങ്ങൾ ഇത് ചെയ്യുന്നതിലൂടെ, നമ്മുടെ ജീവിതം ലളിതമായ രീതിയിൽ കൈകാര്യം ചെയ്യാൻ നമുക്ക് പഠിക്കാം. ഇതിനായി, നാം നമുക്കുവേണ്ടി കുറച്ച് സമയം ചെലവഴിക്കേണ്ടതുണ്ട്, നമ്മുടെ ജീവിത സാഹചര്യങ്ങൾ കൈകാര്യം ചെയ്യുന്നത് പ്രയോജനകരമായിരിക്കും.

❐

അധ്യായം VI

ഇക്കിഗൈ ഭക്ഷ്യ സംസ്കാരം

നമ്മൾ, ജാപ്പനീസ് ജനത, ലോകത്തിന്റെ മറ്റു ഭാഗങ്ങളെ അപേക്ഷിച്ച് കൂടുതൽ ആരോഗ്യമുള്ളവരും ആരോഗ്യമുള്ളവരുമാണെന്ന് നിരീക്ഷിക്കപ്പെടുന്നു. ജീവിതകാലം മുഴുവൻ ഞങ്ങൾ ഞങ്ങളുടെ ജോലിയിൽ സജീവമായി തുടരുന്നു. ചില ആളുകൾക്ക് നമ്മുടെ പ്രവർത്തനങ്ങളിൽ അത്ഭുതം തോന്നുന്നു. നമ്മൾ എത്രത്തോളം യോഗ്യരാണ്? ലോകമെമ്പാടുമുള്ള ജപ്പാനിൽ കൂടുതൽ പ്രായമായ ആളുകൾ ഉണ്ടെന്ന വസ്തുത ഉപയോഗിച്ച് നിങ്ങൾക്ക് ഇത് കണക്കാക്കാം. അവരുടെ ഫിറ്റ്നസിന്റെ രഹസ്യം നമുക്ക് നോക്കാം

രാത്രിയിൽ ഞങ്ങൾ കുറച്ച് കഴിക്കുന്നു:
രാത്രിയിൽ കനത്ത ഭക്ഷണക്രമം സ്വീകരിക്കുന്നതിലൂടെ നിങ്ങളുടെ ഭാരം വർദ്ധിക്കുന്നതായി കാണുന്നു. ഭക്ഷണം ദഹിക്കാൻ സമയമില്ലാത്തതാണ് ഇതിന് കാരണം. പ്രഭാതഭക്ഷണം രാജാവിനെപ്പോലെയും ഉച്ചഭക്ഷണം രാജകുമാരനെപ്പോലെയും ത്താഴം പാവപ്പെട്ടവനെപ്പോലെയും ഴിക്കുക എന്ന ചൊല്ല് നിങ്ങൾ കേട്ടിട്ടുണ്ടാകും. കനത്ത അത്താഴം കഴിക്കുന്നതിന്റെ ഏറ്റവും വലിയ ദോഷം ശരീരഭാരം കൂടാനുള്ള സാധ്യത വർദ്ധിക്കുന്നു എന്നതാണ്. അതിനാൽ, ഞങ്ങൾ ഇത് ചെയ്യുന്നില്ല. രാത്രിയിൽ നമ്മൾ കഴിക്കുന്നത് വളരെ കുറവാണ്.

ഗ്രീൻ ടീ കുടിക്കുന്നത്:

ശരീരഭാരം കുറയ്ക്കാൻ ഗ്രീൻ ടീ സഹായിക്കുന്നു. ഇത് ആൻറിവൈറൽ ആണ്, ആന്റിഓക്സിഡന്റുകളുമുണ്ട്. ഗ്രീൻ ടീ കഴിക്കുന്നത് കൊണ്ട് ചർമ്മത്തിന് ചുളിവുകൾ ഉണ്ടാകില്ല. ജാപ്പനീസ് കുറഞ്ഞത് രണ്ട് കപ്പ് ഗ്രീൻ ടീ കഴിക്കുന്നു.

വിശദമായി പറഞ്ഞാൽ, നമ്മുടെ ചായയുടെ ഇലകൾ സൂചികൾ പോലെ നേർത്തതും സമ്പന്നവും ഇരുണ്ട നിറവുമാണ്.

പ്രഭാതഭക്ഷണത്തിന് പ്രധാന പ്രാധാന്യമുണ്ട്: ഇവിടെ, ജപ്പാനിൽ, പ്രഭാതഭക്ഷണം ആരോഗ്യത്തിന്റെ കാര്യത്തിൽ ഏറ്റവും പ്രധാനപ്പെട്ട ഭക്ഷണമായി കണക്കാക്കപ്പെടുന്നു. ഞങ്ങളുടെ പ്രഭാതഭക്ഷണത്തിൽ, ഗ്രീൻ ടീ, ആവിയിൽ വേവിച്ച ചോറ്, ടോഫു, മിസോ സൂപ്പ്, പച്ച ഉള്ളി, ഓംലെറ്റ്, മത്സ്യം എന്നിവ ഉൾപ്പെടുന്നു.

സമുദ്രവിഭവങ്ങൾ കഴിക്കുന്നത്: ഞങ്ങൾ, ജാപ്പനീസ് ശരിക്കും സീഫുഡ് കഴിക്കാൻ ഇഷ്ടപ്പെടുന്നു.

ചിക്കൻ, മട്ടൺ, ബീഫ് എന്നിവയെക്കാൾ കടൽ ഭക്ഷണമാണ് നമ്മൾ ഇഷ്ടപ്പെടുന്നത്. കടൽത്തീരത്ത് താമസിക്കുന്നതിനാൽ ഞങ്ങൾ മത്സ്യം കഴിക്കാൻ വളരെ ഇഷ്ടപ്പെടുന്നു. ജപ്പാൻ ആയിരക്കണക്കിന് കിലോഗ്രാം സമുദ്രവിഭവം ഉപയോഗിക്കുന്നു. പ്രോട്ടീൻ, ഒമേഗ 3 ഫാറ്റി ആസിഡുകൾ, കാൽസ്യം, ഇരുമ്പ്, വിറ്റാമിൻ സി, ഫൈബർ, ബീറ്റാ കരോട്ടിൻ, മത്സ്യം എന്നിവ അവരെ പല രോഗങ്ങളിൽ നിന്നും രക്ഷിക്കുന്നു.

ആയോധന കല:ജാപ്പനീസ് ജനതയ്ക്ക് ആയോധന കലകൾ ഒരു പരമ്പരാഗത കളിയാണ്. ജപ്പാനിൽ, ജൂഡോ, കരാട്ടെ, അക്കിഡോ തുടങ്ങിയ ആയോധനകലകൾ പുരുഷന്മാരും സ്ത്രീകളും നിർബന്ധമായും പഠിക്കുന്നു. ഇത് നമ്മെ ഫിറ്റ്നാക്കി നിലനിർത്തുന്നു.

കുറവ് മധുരപലഹാരങ്ങൾ: ജാപ്പനീസ് ദിവസത്തിൽ രണ്ടോ മൂന്നോ തവണ ഭക്ഷണം കഴിക്കുന്നു, പക്ഷേ കുറഞ്ഞ അളവിൽ. കൂടാതെ, ഞങ്ങൾ മധുരപലഹാരങ്ങൾ വളരെ അപൂർവമായി മാത്രമേ കഴിക്കൂ. ഞങ്ങൾ അവരുടെ ഭക്ഷണത്തിൽ 4-5 തരം പച്ച പച്ചക്കറികൾ ഉൾപ്പെടുത്തുന്നു. പച്ചയും അസംസ്കൃതവുമായ സാലഡുകളാണ് നമ്മൾ കൂടുതലും കഴിക്കുന്നത്.

വർക്കൗട്ട്: നമ്മുടെ ദൈനംദിന ജീവിതത്തിന്റെ ഒരു പ്രധാന ഭാഗമാണ് വ്യായാമം. ജപ്പാനിൽ, എല്ലാ ആളുകളും-- പുരുഷന്മാരോ സ്ത്രീകളോ, ചെറുപ്പക്കാരും പ്രായമായവരും, ധ്യാനിക്കുന്നു. ധ്യാനം ചെയ്യുന്നത് കൂടുതൽ കാലം ജീവിക്കാനുള്ള ടെൻഷൻ എയ്ഡുകളെ

നിയന്ത്രിക്കാൻ സഹായിക്കുന്നു.

ഇവ കൂടാതെ, സൈക്ലിംഗ്, റീമിംഗ്, ദീർഘദൂര നടത്തം, സജീവമായിരിക്കുക എന്നിവ നമ്മുടെ ദൈനംദിന ജീവിത ചാർട്ടിൽ ഉൾപ്പെടുത്തിയിട്ടുണ്ട്.

സൗന ഹോട്ട് സ്പ്രിംഗ്സിൽ: ജാപ്പനീസ് വളരെ സജീവമാണ്. ഇതിനു പിന്നിൽ ഒരു കാരണം കൂടിയുണ്ട്-- നമ്മുടെ ശരീരത്തെ മനോഹരവും മനസ്സ് ശാന്തവുമാക്കാൻ; ഞങ്ങൾ ഒരു പ്രത്യേക കുളിക്കുന്നു. ഓൺ സോന ഹോട്ട് സ്പ്രിംഗ്സ് എന്നാണ് ഇത് അറിയപ്പെടുന്നത്. ഇതിൽ, വെള്ളം നമ്മുടെ ശരീരത്തെയും മനസ്സിനെയും ആത്മാവിനെയും പുനരുജ്ജീവിപ്പിക്കുന്ന ധാരാളം പോഷകങ്ങളും ധാതുക്കളും ലവണങ്ങളും കലർന്നിരിക്കുന്നു.

ജാപ്പനീസ് നമ്മുടെ പ്രഭാതഭക്ഷണത്തിൽ പരമ്പരാഗത

ഭക്ഷണം മാത്രമാണ് ഉപയോഗിക്കുന്നത്. ഇതിൽ മിസോ സൂപ്പ്, ആവിയിൽ വേവിച്ച അരി, പച്ചക്കറികൾ, മത്സ്യം എന്നിവ ഉൾപ്പെടുന്നു. ചില ആളുകൾ ഒരു പ്രത്യേക ജാപ്പനീസ് ഓംലെറ്റ് കഴിക്കുന്നു, അതിനെ "തമഗോയാക്കി" എന്ന് വിളിക്കുന്നു.

ഒകിനാവയും ഇക്കിഗായും: ജപ്പാനിലെ ഒകിനാവ നിവാസികളാണ് ഏറ്റവും കൂടുതൽ കാലം ജീവിച്ചിരിക്കുന്നവർ. ഞങ്ങളുടെ ശരാശരി പ്രായം ഏകദേശം അടുത്തിരിക്കുന്നു
87 വർഷം. ജനസംഖ്യയിൽ 110 വയസ്സിനു മുകളിൽ പ്രായമുള്ളവരുടെ സ്ഥലമാണിത്.

ഒകിനാവയിൽ, ജാപ്പനീസ് വ്യത്യസ്ത ശീലങ്ങളുണ്ട്--ഹാരി ഹച്ചി ബൂ. അവർ ഡൈനിംഗ് ടേബിളിൽ നിന്ന് 80% നിറഞ്ഞ വയറുമായി, പൂർണ്ണമായ ഉള്ളടക്കമില്ലാതെ പുറത്തുപോകുന്നത് പരമ്പരാഗതമാണ്. ഇത് ശീലിച്ചാൽ നല്ല ആരോഗ്യ ഫലം ലഭിക്കുമെന്നാണ് വിശ്വാസം.

ഗുണനിലവാരത്തിലും അളവിലും നാം ധാരാളം പച്ചക്കറികൾ കഴിക്കുന്നു. ഞങ്ങൾ സിന്പാച്ച ചായയും ധാരാളം കുടിക്കുന്നു. ഇത് ഒരു ഗ്രീൻ ടീ ആണ്, അതിൽ മുല്ലപ്പൂവും ഷുകുവാസ കിനൂ ജ്യൂസും കലർന്നതാണ്. ഞങ്ങൾ വളരെ കയ്പേറിയ ഭക്ഷണം കഴിക്കുന്നു. ഞങ്ങൾ ധാരാളം ശാരീരിക വ്യായാമങ്ങൾ ചെയ്യുന്നു, അമിതമായ

തിരക്കൊന്നുമില്ല. തിരക്കേറിയ ജീവിതമാണ് നമ്മുടേത്. ഞങ്ങൾ മോസ് എന്ന് പേരുള്ള ക്ലബ്ബുകളിൽ പങ്കെടുക്കുന്നു, ധ്യാനം പരിശീലിക്കുന്നു, അവരുടെ മനസ്സിനെ അശ്രദ്ധമായും വഴക്കമുള്ളതാക്കി നിലനിർത്തുന്നു.

ഇക്കിഗായ് കാരണം മാത്രമാണ് ഞങ്ങൾക്ക് അത്തരം ഫലങ്ങൾ ലഭിക്കുന്നത്, അതിൽ ജാപ്പനീസ് അർപ്പണബോധവും പ്രവർത്തനങ്ങളും പ്രചോദനവും ഉപയോഗിച്ച് ജീവിതം സജീവമായി നിലനിർത്തുന്നതിനുള്ള പരിശീലനവും ആവശ്യമാണ്. ഇത് ഭക്ഷണത്തെക്കുറിച്ചോ ശാരീരിക പരിശീലനത്തെക്കുറിച്ചോ അല്ല, മറിച്ച് ഒരു ജീവിത ശൈലിയാണ്.

ഇക്കിഗായി പഠിക്കുമ്പോൾ, ഭക്ഷണശീലങ്ങളും വ്യായാമങ്ങളും മറ്റ് പ്രവർത്തനങ്ങളും ഇക്കിഗായിയുമായി വളരെയധികം ബന്ധപ്പെട്ടിരിക്കുന്നുവെന്ന് നിങ്ങൾ കണ്ടെത്തും. ഇവയില്ലാതെ, നിങ്ങൾ തിരയുന്ന നിങ്ങളുടെ തൃപ്തികരമായ ജീവിത പ്രേരണ കണ്ടെത്താൻ നിങ്ങൾക്ക് കഴിയില്ല.
ഹര ഹച്ചി ബൂ:'ഹര ഹാച്ചി ബൂ' ഭക്ഷണക്രമത്തിന്റെ നിയമങ്ങളെക്കുറിച്ച് പലർക്കും അറിയില്ല. യഥാർത്ഥത്തിൽ, ശരീരഭാരം കുറയ്ക്കുക എന്നത് നമ്മുടെ ഭക്ഷണക്രമമാണ്. ജാപ്പനീസ് നിരവധി നൂറ്റാണ്ടുകളായി ഈ നിയമം പിന്തുടരുന്നു. ഒരുപക്ഷേ, അമിതവണ്ണത്തെ നാം അപൂർവ്വമായി കാണുന്നതിന്റെ കാരണം ഇതാണ്. നിങ്ങൾക്ക് ഫിറ്റായിരിക്കാനും നിങ്ങളുടെ ശരീരഭാരം നിലനിർത്താനും ആഗ്രഹിക്കുന്നുവെങ്കിൽ, ഈ ഭക്ഷണ നിയമം പിന്തുടരുക. ഇപ്പോൾ, അതിനെക്കുറിച്ച് എല്ലാം അറിയാം.

എന്താണ് ഹര ഹച്ചി ബൂ?

ഹര ഹച്ചി ബൂ എന്നത് ഒരു ജാപ്പനീസ് വാക്യമാണ്, അതിനർത്ഥം 80% വയർ നിറഞ്ഞിരിക്കുന്നു എന്നാണ്. ഇത് കൺഫ്യൂഷ്യസിന്റെ തത്വമാണ്, ഇത് 80% മാത്രം വയറു നിറയ്ക്കാൻ ആളുകളെ പഠിപ്പിക്കുന്നു.

ഒകിനാവ ആളുകൾ ഹര ഹാച്ചി ബൂയെ സ്വീകരിക്കുന്നു

ഇരുപത്തിയൊന്നാം നൂറ്റാണ്ടിലെ ഒരു പഠനമനുസരിച്ച്, ഒകിനാവയുടെ പ്രായം ലോകത്തിലെ ഏറ്റവും ദൈർഘ്യമേറിയതാണ്. അവർ 100 വർഷം വരെ ജീവിക്കുന്നു. ഒകിനാവക്കാർ ഹര ഹാച്ചി ബൂ ഡയറ്റ് പിന്തുടരുന്നതാണ് ഇതിന് കാരണം. അവർ പ്രതിദിനം 1800 മുതൽ 1900 കലോറി വരെ എടുക്കുന്നു. അവരുടെ വയറ് 80% മാത്രമേ നിറയുകയുള്ളൂ.

എന്തുകൊണ്ടാണ് ഒരാൾ ഹര ഹച്ചി ബൂയെ പിന്തുടരേണ്ടത്?

പുരാതന ജാപ്പനീസ് ഭക്ഷണ സംസ്കാരം അനുസരിച്ച്, ഒരിക്കലും വയറ് 100% നിറയ്ക്കില്ല. 80% നിറയുമ്പോൾ നിർത്തുക. ഹര ഹാച്ചി ബൂയുടെ നിയമമനുസരിച്ച്, ദഹനവ്യവസ്ഥ ഭക്ഷണം ദഹിപ്പിക്കാൻ വളരെ സമയമെടുക്കും. ഇത് സെല്ലുലാർ ഓക്സിഡേഷൻ നടത്തുകയും ആളുകൾ കൂടുതൽ കാലം ജീവിക്കുകയും ചെയ്യുന്നു. ആമാശയം 80% മാത്രം നിറഞ്ഞാൽ, ഭക്ഷണം ബഹിരാകാശത്ത് വേഗത്തിൽ ദഹിക്കുന്നു. കൂടാതെ, ആരോഗ്യപരമായ സങ്കീർണതകളൊന്നുമില്ല.

ആരോഗ്യത്തിന് ഹര ഹാച്ചി ബൂയുടെ ഗുണങ്ങൾ

- ഇത് ദഹനം മെച്ചപ്പെടുത്തുന്നു.
- ശരീരഭാരം നിയന്ത്രിക്കാൻ ഇത് സഹായിക്കുന്നു. അരക്കെട്ടിലും വയറിലും കൊഴുപ്പ് അടിഞ്ഞുകൂടാൻ ഇത് അനുവദിക്കുന്നില്ല.
- പൊണ്ണത്തടി, ദഹനസംബന്ധമായ പ്രശ്നങ്ങൾ, ആസിഡ് റിഫ്ലക്സ്, മെറ്റബോളിക് ഡിസോർഡർ എന്നിവയിൽ നിന്ന് ഇത് ആളുകളെ രക്ഷിക്കുന്നു.
- ഹാര ഹച്ചി ബൂ രക്തത്തിലെ ഫ്രീ റാഡിക്കലുകളെ കുറയ്ക്കുന്നു; അങ്ങനെ, ഇത് ഹൃദയ സംബന്ധമായ അസുഖങ്ങൾ, കാൻസർ, വാർദ്ധക്യസഹജമായ രോഗങ്ങൾ എന്നിവയുടെ സാധ്യത കുറയ്ക്കുന്നു.

ഹര ഹച്ചി ബൂ എങ്ങനെ പിന്തുടരാം

പതുക്കെ കഴിക്കുക: വേഗത്തിലുള്ള ഭക്ഷണ ശീലങ്ങൾ കാരണം ഒരു വ്യക്തി കൂടുതൽ ഭക്ഷണം കഴിക്കുന്നു. പതുക്കെ ചവച്ച് കഴിക്കുക. ഇതിലൂടെ വയറു നേരത്തെ നിറയുകയും കൂടുതൽ ഭക്ഷണം കഴിക്കാൻ ആഗ്രഹിക്കുകയും ചെയ്യില്ല.

ഭക്ഷണത്തിൽ ശ്രദ്ധ കേന്ദ്രീകരിക്കുക: ഭക്ഷണം കഴിക്കുമ്പോൾ ടിവി, കമ്പ്യൂട്ടർ, മൊബൈൽ എന്നിവ ഓഫ് ചെയ്യുക. ഭക്ഷണം കഴിക്കുമ്പോൾ ഭക്ഷണത്തിൽ മാത്രം ശ്രദ്ധ കേന്ദ്രീകരിക്കുക. സാവധാനം കഴിച്ചാൽ ഭക്ഷണം കുറച്ച് കഴിക്കും.

ഒരു ചെറിയ പ്ലേറ്റിൽ കഴിക്കുക: എപ്പോഴും ഒരു ചെറിയ പ്ലേറ്റും ഇടുങ്ങിയ ഗ്ലാസും ഉപയോഗിക്കുക. ഈ രീതിയിൽ നിങ്ങൾ കുറച്ച് കഴിക്കും. ശരീരഭാരം കുറയ്ക്കാൻ, ഹര ഹച്ചി ബൂ നിയമങ്ങൾ വളരെ ഫലപ്രദമാണ്. അമിതവണ്ണത്തിൽ നിന്ന് മുക്തി നേടാൻ, നിങ്ങളുടെ വയറ് 80% മാത്രം നിറയ്ക്കുക. ഇതിലൂടെ നിങ്ങളുടെ ശരീരവും മനസ്സും ആരോഗ്യമുള്ളതായിരിക്കും.

100 വർഷം വരെ ജീവിക്കും: ജപ്പാനിലെ 21-ാം നൂറ്റാണ്ടിലെ ചില പഠനങ്ങൾ അനുസരിച്ച്, ഒകിനാവയിലെ ജനങ്ങളുടെ ജീവിതം ലോകത്തിലെ ഏറ്റവും ദൈർഘ്യമേറിയതാണ്. അവർ 100 വർഷം വരെ ജീവിക്കുന്നു. ഹര ഹാച്ചി ബൂ പതിവായി ഭക്ഷണത്തിൽ ഉൾപ്പെടുത്തുന്നത് കൊണ്ടാണ് ഇത് സംഭവിക്കുന്നത്. ഈ രീതിയിൽ, അവർ പ്രതിദിനം 1800 അല്ലെങ്കിൽ 1900 കലോറി ഉപഭോഗം ചെയ്യുന്നു. ഒരു വ്യക്തി തന്റെ വയർ 80% ത്തിൽ കൂടുതൽ നിറയ്ക്കാൻ പാടില്ല എന്നത് പഴയ ജാപ്പനീസ് ഭക്ഷണ സംസ്കാരമായി വിശ്വസിക്കപ്പെടുന്നു. ഇത് വ്യക്തമായി അർത്ഥമാക്കുന്നത് വയറ്റിൽ കുറച്ച് ശൂന്യമായ ഇടം ഉണ്ടായിരിക്കണം എന്നാണ്. ഇത് ദഹനം എളുപ്പമാക്കുന്നു. അതിനാൽ, ഇവിടെ ആളുകൾക്ക് ആരോഗ്യപ്രശ്നങ്ങൾ കുറവാണ്.

ഹര ഹാച്ചി ബൂ കഴിക്കുന്നതിലൂടെ ആരോഗ്യത്തിന് നിരവധി ഗുണങ്ങളുണ്ട്. ഇത് ആരോഗ്യവും നല്ല ബിൽറ്റ് ബോഡിയും നിലനിർത്തുന്നു. കൂടാതെ, പൊണ്ണത്തടി, ദഹനനാളത്തിന്റെ രോഗങ്ങൾ, ആസിഡ് റിഫ്ലക്സ്, ദഹനവ്യവസ്ഥയുടെ മറ്റ് രോഗങ്ങൾ എന്നിവ തടയാൻ ഇത് സഹായിക്കുന്നു. കൂടാതെ, ഇത് പതിവായി കഴിക്കുന്നതിലൂടെ, ഹൃദ്രോഗം, ക്യാൻസർ, മറ്റ് വാർദ്ധക്യ പ്രശ്നങ്ങൾ എന്നിവയുടെ അപകടസാധ്യത കുറയുന്നു.

ജാപ്പനീസ് ഡയറ്റ്: ആളുകളെ ഏറ്റവും കൂടുതൽ ബാധിക്കുന്നത് അവരുടെ ഭക്ഷണക്രമമാണ്. അവരുടെ ഭക്ഷണത്തിൽ കലോറിയും വളരെ കുറച്ച് പഞ്ചസാരയും ഉണ്ട്, അതിനാൽ അവരുടെ ഭാരം വർദ്ധിക്കുന്നില്ല. പ്രമേഹം, കൊളസ്ട്രോൾ, പൊണ്ണത്തടി മുതലായവയിൽ നിന്ന് അവർ രക്ഷപ്പെട്ടിരിക്കുന്നു. ജപ്പാൻകാർ ആരോഗ്യം നിലനിർത്താൻ അവരുടെ ഭക്ഷണക്രമത്തിൽ എന്താണ് ഉൾപ്പെടുത്തുന്നതെന്ന് നമുക്ക് നോക്കാം.

- **കടൽ പായലും കടൽ ഭക്ഷണവും:** വെജിറ്റേറിയനോ നോൺ വെജിറ്റേറിയനോ, ജാപ്പനീസ് കടൽ വിഭവങ്ങൾ വളരെ ഇഷ്ടപ്പെടുന്നു. അത് കടൽ മൃഗങ്ങളോ കടൽ പച്ചക്കറികളോ

ആകാം; ഞങ്ങൾ കടൽ ഭക്ഷണം ഇഷ്ടപ്പെടുന്നു. കടലിലെ പച്ചക്കറികൾക്ക് പാടത്ത് വളരുന്ന പച്ചക്കറികളേക്കാൾ പതിന്മടങ്ങ് ശക്തിയുണ്ട്. കൂടാതെ, മത്സ്യം, ചിക്കൻ, മാംസം എന്നിവയേക്കാൾ കൂടുതൽ പോഷകങ്ങൾ അവയിലുണ്ട്.

ലോകത്തിന് വിതരണം ചെയ്യുന്ന മത്സ്യത്തിന്റെ 10% ജപ്പാൻ മാത്രം ഉപയോഗിക്കുന്നു. ജപ്പാനീസ് പ്രതിവർഷം ഒരു ലക്ഷം ടൺ കടൽപ്പായൽ ഉപയോഗിക്കുന്നു. കടലിൽ അയഡിൻ, പൊട്ടാസ്യം എന്നിവ കൂടുതലായി അടങ്ങിയിട്ടുണ്ട്. ഒരു കപ്പ് കടലിൽ മാത്രം 5 അല്ലെങ്കിൽ 10 തരം പ്രോട്ടീൻ ഉണ്ട്. കൂടാതെ വിറ്റാമിൻ ബി, വിറ്റാമിൻ സി, ഒമേഗ 3, ഇരുമ്പ്, മഗ്നീഷ്യം, കാൽസ്യം, സിങ്ക് എന്നിവ നല്ല അളവിൽ ഉണ്ട്.സീഫുഡ് കഴിക്കുന്നവർ എപ്പോഴും ചെറുപ്പമായി തുടരുമെന്നും പറയപ്പെടുന്നു. അവരുടെ ചർമ്മം മിനുസമാർന്നതായിരിക്കും. മുടി നരയ്ക്കുന്നത് തടയുകയും ചെയ്യും. മാത്രമല്ല, പാലും പാലുൽപ്പന്നങ്ങളും ഞങ്ങൾ വളരെ കുറച്ച് മാത്രമേ ഉപയോഗിക്കുന്നുള്ളൂ. ഞങ്ങൾ പ്രധാനമായും സമുദ്രവിഭവങ്ങളിൽ ശ്രദ്ധ കേന്ദ്രീകരിക്കുന്നതിനാൽ, ഞങ്ങൾക്ക് പാൽ ഇഷ്ടമല്ല, മാത്രമല്ല നമ്മുടെ ഭക്ഷണത്തിലും ശുദ്ധീകരിച്ച മാവ് ഇല്ല. പ്രധാനമായും പച്ചക്കറികളിലാണ് ശ്രദ്ധ കേന്ദ്രീകരിക്കുന്നത്. അതുകൊണ്ട് തന്നെ നമുക്ക് വയറിന് പ്രശ്നങ്ങളൊന്നുമില്ല.

ജപ്പാനിൽ റൊട്ടിയേക്കാൾ അരിയാണ് കൂടുതൽ കഴിക്കുന്നത്. ജാപ്പനീസ് അരിയും നമ്മുടേതിനേക്കാൾ മികച്ചതാണ്, വെള്ള അരി, തവിട്ട്, പച്ച അരി ഇനങ്ങൾ ലഭ്യമാണ്.

ഗ്രീൻ ടീയുടെ രഹസ്യം

ചായയ്ക്ക് വളരെയധികം പ്രാധാന്യം നൽകുന്ന ഒരു രാജ്യമാണ് ജപ്പാൻ. ചായയുടെ വ്യത്യസ്ത ഇനങ്ങളും വ്യത്യസ്ത ഗുണങ്ങളും രാജ്യം ഉത്പാദിപ്പിക്കുന്നു. തണലിനടിയിൽ വളരുന്ന തേയില (കൾ) ഉണ്ട്, മറ്റൊന്ന് നീരാവിയിൽ, വെയിലത്ത് ഉണക്കിയ, മുകുളങ്ങൾ, കുറച്ച് പുറംതൊലി, അരി ചായ, കടൽ ആൽഗ ചായ, പ്രത്യേക

ദിവസങ്ങളിൽ പ്രത്യേക ചായ. ചായ എങ്ങനെ വളർത്താം, അവ എങ്ങനെ ഉത്പാദിപ്പിക്കപ്പെടുന്നു, വ്യത്യസ്ത സമയങ്ങളിൽ കഴിക്കുന്ന നിരവധി ചായകൾ വിവരിച്ചിട്ടുണ്ട്.

ജപ്പാനിലെ തേയില സംസ്കാരം

ജപ്പാനിൽ ഏകദേശം 1200 വർഷങ്ങൾക്ക് മുമ്പ് തേയില സംസ്കാരം വികസിച്ചു. 12-ന്റെ അവസാനത്തിൽ സന്യാസി ഈസായി ഇത് അവതരിപ്പിച്ചുth നൂറ്റാണ്ട്. അക്കാലത്ത്, ഇത് ഔഷധ ഉപയോഗത്തിന് മാത്രമുള്ള വിലകൂടിയ പാനീയമായി കണക്കാക്കപ്പെട്ടിരുന്നു.

ചായ നമ്മുടെ സംസ്കാരത്തിന്റെ സാഹസിക വശമാണ്. ഉദാഹരണത്തിന്, ജാപ്പനീസ് ടീ ഫെസ്റ്റിവൽ ചായ തയ്യാറാക്കലും ഉപഭോഗവും കലയാക്കി മാറ്റുന്നു. ഏകദേശം 805 വർഷങ്ങൾക്ക് മുമ്പ് ചൈനയിൽ നിന്നാണ് തേയില മരം കൊണ്ടുവന്നതെന്ന് കരുതപ്പെടുന്നു.

ജപ്പാനിലെ ഏറ്റവും വലിയ തേയില ഉത്പാദിപ്പിക്കുന്ന സംസ്ഥാനമാണ് ഷിസുവോക്ക. അതിനുശേഷം, കഗോഷിമ രണ്ടാമത്തെ സംസ്ഥാനവും മെയ് സംസ്ഥാനം മൂന്നാമത്തേതും മിയാസാക്കി നാലാമത്തെ സംസ്ഥാനവുമാണ്. പുരാതന കാലത്ത് ചായ ഒരു ആഡംബര വസ്തുവായി കണക്കാക്കപ്പെട്ടിരുന്നു, അത് ക്ഷേത്രങ്ങളിലും പ്രധാന വ്യക്തികളും മാത്രം ഉപയോഗിച്ചിരുന്നു.

ജപ്പാനിലെ എല്ലാ കോണുകളിലും സ്ഥാപിച്ചിട്ടുള്ള ചായക്കടകൾക്ക് നിങ്ങൾ ഇപ്പോൾ സാക്ഷ്യം വഹിക്കും. എല്ലായിടത്തും ചായയുണ്ട് - വെൻഡിംഗ് മെഷീനുകളിലും സ്റ്റോറുകളിലും റസ്റ്റോറന്റുകളിലും.

ഗ്രീൻ ടീയുടെ തരങ്ങൾ

ഗ്രീൻ ടീ എന്നറിയപ്പെടുന്ന ഇന്ത്യൻ ട്രീ പ്ലാന്റിൽ നിന്നാണ് പ്രധാനമായും ചായ എന്ന വാക്ക് ഉരുത്തിരിഞ്ഞത്. കാമിൽ സിനോസിസ് അല്ലെങ്കിൽ ജാപ്പനീസ് ഭാഷയിൽ, "ചനോക്കി" അല്ലെങ്കിൽ പ്രധാന തേയിലച്ചെടി.

ചനോക്കി (ടീ ട്രീ): ഇത് ഒരു വറ്റാത്ത വൃക്ഷമാണ്, ഇത് പ്രധാനമായും ഉഷ്ണമേഖലാ അല്ലെങ്കിൽ ഉപ ഉഷ്ണമേഖലാ കാലാവസ്ഥയിൽ വളരുന്നു. വിത്തുകളിൽ നിന്നോ മുകുളങ്ങളിൽ നിന്നോ ആണ് മരച്ചെടികൾ വളർത്തുന്നത്. ഒരു മരം 4 മുതൽ 12 വർഷം വരെ വിത്ത് തരും. ഏകദേശം 3 വർഷത്തിനുള്ളിൽ ഒരു പുതിയ മരം മുറിക്കാൻ തയ്യാറാണ്.

ഇതാണ് ഇന്ത്യൻ ചായ അല്ലെങ്കിൽ കാമിൽ സിനോസിസ്. പരമ്പരാഗത ഗ്രീൻ ടീയുടെ ഡെറിവേറ്റീവാണിത്. വ്യത്യസ്ത തരം ഗ്രീൻ ടീയും അവ എങ്ങനെ തയ്യാറാക്കാമെന്നും ചുവടെ സൂചിപ്പിച്ചിരിക്കുന്നു.

റയോകുച്ച ഗ്രീൻ ടീ: ഗ്രീൻ ടീയുടെ പൊതുനാമമാണ് റയോകുച്ച. ജാപ്പനീസ് ചായയുടെ വ്യത്യസ്ത ഇനങ്ങളുണ്ട്. പൊതുവേ, ഗ്രീൻ ടീയെ ടീ അല്ലെങ്കിൽ നിഹോഞ്ച (ജാപ്പനീസ് ടീ) എന്ന് മാത്രമേ വിളിക്കൂ. ഇത് ഗ്രീൻ ടീയേക്കാൾ ശക്തമാണെന്ന് അറിയപ്പെടുന്നു.

മട്ക -- ഗ്രൗണ്ട് ടീ: പൊടിച്ചതോ പൊടിച്ചതോ ആയ ചായയെയാണ് മട്ക സൂചിപ്പിക്കുന്നത്. ടീ ഫെസ്റ്റിവലിലാണ് ഇത് സാധാരണയായി ഉപയോഗിക്കുന്നത്. ഇത് പ്രധാനമായും നിറത്തിനും രുചിക്കുമായി മധുരപലഹാരങ്ങളിൽ ഉപയോഗിക്കുന്നു, കൂടാതെ വാഗാഷിയോ പോലുള്ള ചില ഭക്ഷണ പദാർത്ഥങ്ങളും.

Genmaicha - ഗ്രീൻ ടീ വറുത്ത അരി: Genmaicha വറുത്ത അരിയുടെ ഗ്രീൻ ടീ ആണ്. ചരിത്രപരമായി ഇത് ഏറ്റവും വിലകുറഞ്ഞ ചായയാണ്. ശുദ്ധമായ ചായ പോക്കറ്റിൽ എത്തിക്കാൻ കഴിയാത്ത

ആളുകൾക്ക് കപ്പ് നിറയ്ക്കാനുള്ള അരിയായിരുന്നു. എന്നിരുന്നാലും, ഇന്ന് അത് അതിന്റെ തനതായ രുചിയും വറുത്ത സൌരഭ്യവും കൊണ്ട് പ്രശംസിക്കപ്പെടുന്നു. ചിലപ്പോഴൊക്കെ അതിൽ മത്കയും ഉണ്ടാകും.

സെഞ്ച കോമൺ ഗ്രീൻ ടീ: ഇത് പ്രധാനമായും സാധാരണ ചായ എന്നാണ് അർത്ഥമാക്കുന്നത്, ഇത് എല്ലാ ജാപ്പനീസ് വീട്ടിലും പ്രധാനമാണ്. എല്ലാ ജാപ്പനീസ് ആളുകളും അവരുടെ സ്വാഭാവിക രുചിക്കായി ഗ്രീൻ ടീ ആവിയിൽ ആവികൊള്ളുന്നതിനാൽ ഇതിന് വളരെ മനോഹരമായ രുചിയും മണവും ഉണ്ട്.

ഇരുമ്പ് പാത്രത്തിലെ കമരിച്ച ചായ: ഭൂരിഭാഗം ജാപ്പനീസ് ചായകളും ആവി ഉപയോഗിച്ചാണ് നിർമ്മിക്കുന്നത്, 3000 സിയിൽ ഇരുമ്പ് പാത്രത്തിലാണ് കമരയ്ച്ച നിർമ്മിക്കുന്നത്. അതിനാൽ, ഇതിന് കയ്പും ചെറുതായി വറുത്തതും രുചി കുറവാണ്.

ബഞ്ച - വിലകുറഞ്ഞ ചായ: വിളയുടെ അവസാനം വിളവെടുക്കുന്ന ഇലകളിൽ നിന്ന് ലഭിക്കുന്ന ഗ്രീൻ ടീയാണ് ബഞ്ച. ഇത് അല്പം മിനുസമാർന്നതും അല്പം കയ്പുള്ളതുമാണ്. ഞങ്ങളുടെ എല്ലാ റെസ്റ്റോറന്റുകളിലും സാധാരണയായി വിളമ്പുന്ന വിലകുറഞ്ഞ ചായയാണിത്. ഇത് അളവില്ലാത്തതും ഗുണനിലവാരം കുറഞ്ഞതുമാണ്.

ഗ്രീൻ ടീയുടെ ഗുണങ്ങൾ

പ്രായപൂർത്തിയായവർ പതിവായി ഗ്രീൻ ടീ കഴിക്കുന്നത് പല രോഗങ്ങളെയും തടയുന്നു മാത്രമല്ല, പല രോഗങ്ങൾക്കെതിരെയും പ്രതിരോധശേഷി ഉണ്ടാക്കുന്നു. ഗ്രീൻ ടീ ആൻറി ഓക്സിഡന്റായും പ്രായമാകൽ തടയുന്നതിനൊപ്പം പ്രവർത്തിക്കുന്നു. ഗ്രീൻ ടീയുടെ പതിവ്

ഉപയോഗം വ്യായാമം ചെയ്യാൻ കഴിയാത്ത ആളുകൾക്ക് വളരെ പ്രയോജനകരമാണ്. ആന്റിഓക്സിഡന്റുകൾ നിഷ്ക്രിയമാകുമെന്നതിനാൽ പാൽ അതിൽ കലർത്താൻ പാടില്ല. കൊളസ്ട്രോൾ നിയന്ത്രിക്കാൻ ഈ ചായ സഹായിക്കുന്നു. ഇത് പതിവായി കഴിക്കുന്നത് ശരീരത്തിലെ കൊഴുപ്പ് കത്തുന്നതും മെറ്റബോളിസവും വർദ്ധിപ്പിക്കുന്നു. ഗ്രീൻ ടീ ഉപയോഗിക്കുന്നതിലൂടെ മസ്തിഷ്ക കോശങ്ങൾ മരിക്കുന്നത് തടയാം. ഗ്രീൻ ടീ ആവിയിൽ വേവിച്ചെടുക്കണം.

ഗ്രീൻ ടീ ശരീരഭാരം നിയന്ത്രിക്കുക മാത്രമല്ല, വിവിധ രോഗങ്ങൾ പിടിപെടാനുള്ള സാധ്യതയും ഒരു പരിധിവരെ കുറയ്ക്കുന്നു. സ്ഥിരമായി ഉപയോഗിക്കുന്നതിലൂടെ ക്യാൻസർ തടയാം. ജപ്പാനിൽ, സാധാരണയായി, ആളുകൾ ഭക്ഷണത്തോടൊപ്പം ചായ കുടിക്കുന്നു, ഇത് ദഹനത്തെ സഹായിക്കുകയും ഹൃദ്രോഗം തടയാൻ സഹായിക്കുകയും ചെയ്യുന്നു.

പഠനങ്ങൾ പ്രകാരം ഗ്രീൻ ടീ പല്ലുകൾക്കും ഏറെ ഗുണം ചെയ്യും. വൈറൽ, ബാക്ടീരിയ, തൊണ്ട അണുബാധകൾ എന്നിവയിൽ ഇത് പ്രതിരോധമാണ്. ഗ്രീൻ ടീയിൽ പോളിഫിനോൾ അടങ്ങിയിട്ടുണ്ട്, ഇത് പല്ലിന്റെ പൊള്ളൽ തടയുന്നു. ഇതുകൂടാതെ, ഗ്രീൻ ടീ വിവിധ തരത്തിലുള്ള ക്യാൻസറുകൾ തടയുന്നു. ഗ്രീൻ ടീയിലെ ഘടകങ്ങൾ ക്യാൻസർ കോശങ്ങളെ വളരാൻ അനുവദിക്കുന്നില്ല. ഗ്രീൻ ടീ ത്രോംബോസിസ് തടയുന്നു.

ഇത് ആൻറി-ഇൻഫ്ലമേറ്ററിയാണ് കൂടാതെ വേദനയിലും ശ്രദ്ധേയമായ ഫലപ്രാപ്തി ഉണ്ട്. ഗ്രീൻ ടീയിലെ ചില ആന്റിഓക്സിഡന്റുകൾ സന്ധിവേദനയുടെ അപകടസാധ്യത കുറയ്ക്കുന്നു. ഗ്രീൻ ടീ കരളിനെ രണ്ട് തരത്തിൽ സംരക്ഷിക്കുന്നു. ഒന്നാമതായി, ഇത് കരൾ കോശങ്ങളെ സംരക്ഷിക്കുന്നു, രണ്ടാമതായി, പ്രതിരോധശേഷി ശക്തിപ്പെടുത്തുന്നു. ഗർഭാവസ്ഥയിൽ, ശരീരത്തിന് ആവശ്യമായ അളവിൽ ഇരുമ്പ്, കാൽസ്യം, മഗ്നീഷ്യം എന്നിവ നൽകുന്നു. സാധാരണ ചായ രാത്രി

ഉറങ്ങുന്ന സമയത്ത് കുടിക്കരുത്, കാരണം അതിൽ കഫീൻ അടങ്ങിയിട്ടുണ്ട്, ഇത് വിശപ്പ് വർദ്ധിപ്പിക്കുന്നു. മറുവശത്ത്, നിങ്ങൾക്ക് എപ്പോൾ വേണമെങ്കിലും ഗ്രീൻ ടീ കുടിക്കാം, രാത്രിയിൽ പോലും, അതിൽ കഫീൻ വളരെ കുറവാണ്.

ഗ്രീൻ ടീയിൽ ടെൻഷൻ കുറയ്ക്കുന്ന "തിയനൈൻ അമിനോ ആസിഡ്" ഉണ്ട്. ഇത് നമ്മുടെ മാനസിക പിരിമുറുക്കത്തെ നേരിട്ട് ബാധിക്കുന്ന കോർട്ടിസോളിന്റെ അളവ് നിയന്ത്രിക്കുന്നു, അതിനാൽ ഇത് വാസ്തവത്തിൽ ഒരു മികച്ച സമ്മർദ്ദം ഒഴിവാക്കുന്നു.

അധ്യായം VII
താളാത്മക വ്യായാമങ്ങൾ

ലോകത്തിലെ ഏറ്റവും വലുതും ശക്തവുമായ രാജ്യങ്ങളിലൊന്നായാണ് ജപ്പാൻ അറിയപ്പെടുന്നത്. ജാപ്പനീസ് ജീവിതശൈലിയും എല്ലാവർക്കും വളരെ ആകർഷകവും ജനപ്രിയവുമാണ്. സാങ്കേതികവിദ്യയിൽ ജപ്പാൻ വളരെ നന്നായി വികസിച്ചു. രണ്ടാം ലോകമഹായുദ്ധത്തിനുശേഷം ജപ്പാന്റെ അവസ്ഥ വളരെ മോശമായിരുന്നു. എന്നാൽ അടുത്ത ഏതാനും വർഷങ്ങൾക്കുള്ളിൽ, അത് ഏഷ്യയിലെ ആദ്യത്തെ വികസിത രാജ്യമായി മാറാൻ വൻ പുരോഗതി കൈവരിച്ചു. ലോകം മുഴുവൻ നമ്മുടെ ജീവിതരീതി അറിയാൻ ആകാംക്ഷയിലാണ്. നമ്മുടെ സംസ്കാരവും വസ്ത്രധാരണവും ആളുകളും ലോകമെമ്പാടും ജനപ്രിയമാണ്. ഞങ്ങളുടെ വ്യായാമങ്ങളും ഒരുപോലെ ജനപ്രിയമാണ്.

ജാപ്പനീസ് വളരെ കഠിനാധ്വാനികളാണെന്നത് എല്ലാവർക്കും അറിയാവുന്ന വസ്തുതയാണ്. നമ്മുടെ സംസ്കാരം തിരിച്ചറിയപ്പെടുന്നത് അവരുടെ പ്രവർത്തന ശൈലിയാണ്. പൊതുവേ, ഞങ്ങൾ ഓവർടൈമിലും അവധി ദിവസങ്ങളിലും ജോലി ചെയ്യുന്നു. കൂടാതെ, കഠിനാധ്വാനം ചെയ്യുന്നത് നല്ല പെരുമാറ്റത്തിന്റെ ഒരു ഉദാഹരണമാണെന്നും ജീവിതത്തിനായുള്ള പരിശീലനം പോലെയാണെന്നാണ് നമ്മുടെ ചിന്ത. രണ്ടാം ലോക മഹായുദ്ധത്തിനുശേഷം ഞങ്ങൾ ശരിക്കും കഠിനാധ്വാനം ചെയ്തു.

ജപ്പാനിലെ സ്പോർട്സ്

ജാപ്പനീസ് സംസ്കാരത്തിൽ സ്പോർട്സിന് ഒരു പ്രധാന പങ്കുണ്ട്. ജപ്പാനിൽ, സുമോ ഗുസ്തി, ആയോധന കലകൾതുടങ്ങിയ പരമ്പരാഗത ഗെയിമുകളും ബേസ്ബോൾ, ഫുട്ബോൾ തുടങ്ങിയ പാശ്ചാത്യ ഗെയിമുകളും വളരെ ജനപ്രിയമാണ്. സുമോ ഗുസ്തിക്ക് ദേശീയ കായിക പദവിയുണ്ട്. പത്തൊൻപതാം നൂറ്റാണ്ടിൽ, അമേരിക്കക്കാർ ജപ്പാൻ സന്ദർശിച്ചതിനുശേഷം, രാജ്യത്ത് ബേസ്ബോളിനെ സ്വാഗതം ചെയ്തു. ആധുനിക കാലത്ത്, ജപ്പാൻ വളരെ ചിട്ടയായ ആയോധന കലകൾ വികസിപ്പിച്ചെടുത്തിട്ടുണ്ട്. ഒരു കൂട്ടായ രൂപത്തിൽ, ജപ്പാനിലും മറ്റ് രാജ്യങ്ങളിലും ഇത് ഇപ്പോഴും ജനപ്രിയമാണ്. മറ്റ് കായിക ഇനങ്ങളിൽ, ബേസ്ബോൾ, അസോസിയേഷൻ ഫുട്ബോൾ, മറ്റ് ഗെയിമുകൾ എന്നിവയും ജപ്പാനിൽ പരിശീലിക്കപ്പെടുന്നു.

പരമ്പരാഗത ആയോധന കലകളുള്ള സ്കൂളുകളിൽ ഈ ഗെയിമുകൾ പ്രത്യേകം പരിശീലിക്കുന്നു. ബേസ്ബോൾ, ഫുട്ബോൾ, ടേബിൾ ടെന്നീസ് എന്നിവയാണ് ഏറ്റവും ജനപ്രിയമായ ഗെയിമുകൾ. 1991-ൽ ജപ്പാൻ പ്രൊഫഷണൽ ഫുട്ബോൾ ലീഗ് സ്ഥാപിതമായി. 2002-ൽ ജപ്പാൻ ഫിഫ ലോകകപ്പിന് സഹ-ആതിഥേയത്വം വഹിച്ചിരുന്നു. ഇതുകൂടാതെ, ഈ കായിക വിനോദങ്ങളെ പ്രോത്സാഹിപ്പിക്കുന്നതിനായി നിരവധി അർദ്ധ സർക്കാർ സംഘടനകൾ പ്രവർത്തിക്കുന്നുണ്ട്. വോളിബോൾ, ബാസ്കറ്റ്ബോൾ, റഗ്ബി, ടേബിൾ ടെന്നീസ് തുടങ്ങിയ ഗെയിമുകൾക്കായി സ്വകാര്യ കമ്പനികളാണ് ഇവ സ്പോൺസർ ചെയ്യുന്നത്.

ലോകമെമ്പാടും, ജപ്പാൻ സാങ്കേതികവിദ്യയിൽ ഒന്നാമത് മാത്രമല്ല, ആരോഗ്യമുള്ള ജനസംഖ്യയുള്ളവരിലും ഈ രാജ്യം മുന്നിലാണ്. ഇതിനർത്ഥം ജപ്പാൻകാരാണ് ഏറ്റവും ആരോഗ്യമുള്ള ആളുകൾ എന്നാണ്. ഞങ്ങൾ അമിതവണ്ണമുള്ളവരല്ല, ദീർഘവും ആരോഗ്യകരവും സമൃദ്ധവുമായ ജീവിതം നയിക്കുന്നു.

ജപ്പാനിൽ നടത്തം മുതൽ ഭക്ഷണം വരെ എല്ലാത്തിനും

നിങ്ങൾക്ക് യന്ത്രങ്ങൾ ലഭിക്കുമെങ്കിലും, ആളുകൾ ഇപ്പോഴും മറ്റ് രാജ്യങ്ങളിലെ ആളുകളെക്കാൾ വളരെ ആരോഗ്യവാന്മാരാണ്. കാരണം നമ്മുടെ ഭക്ഷണക്രമം മുതൽ അവരുടെ ദിനചര്യകൾ വരെ നമ്മുടെ ജീവിതശൈലി

മറ്റ് രാജ്യങ്ങളിൽ നിന്ന് വ്യത്യസ്തമാണ്. ഈ നിയമങ്ങളും ഭക്ഷണക്രമങ്ങളും നാം സ്വീകരിക്കുകയാണെങ്കിൽ, ദീർഘനാളത്തേക്ക് ആരോഗ്യകരമായ ജീവിതം നയിക്കാനും നമുക്ക് കഴിയും.

ജാപ്പനീസ് വ്യായാമങ്ങൾ: അമിതവണ്ണത്തിൽ നിന്ന് മുക്തി നേടുന്നതിന് നിങ്ങൾ വ്യത്യസ്ത രീതികൾ പരീക്ഷിക്കുന്നുണ്ടാകണം, എന്നാൽ കുറച്ച് രീതികൾ മാത്രമേ പ്രവർത്തിക്കൂ, ചിലത് സമയം പാഴാക്കുന്നവയാണ്. ഈ ജാപ്പനീസ് വിദ്യ പരീക്ഷിക്കുന്നതിലൂടെ, നിങ്ങളുടെ വയറിലെ കൊഴുപ്പ് 2 ദിവസത്തിനുള്ളിൽ നഷ്ടപ്പെടും.

ഈ വ്യായാമങ്ങൾ നിങ്ങളുടെ ശരീര ഭാവം ശരിയാക്കുക മാത്രമല്ല, നിങ്ങളുടെ നടുവേദനയെ പരിപാലിക്കുകയും ചെയ്യും. ഈ വ്യായാമങ്ങൾ നടപ്പിലാക്കുന്നതിനുള്ള വ്യത്യസ്ത രീതികൾ ഇവയാണ്:

ജാപ്പനീസ് ഫുകുത്സുജി

ഭൂരിഭാഗം ആളുകളും അവരുടെ തൂക്കം അളക്കുന്നതിനെ എപ്പോഴും

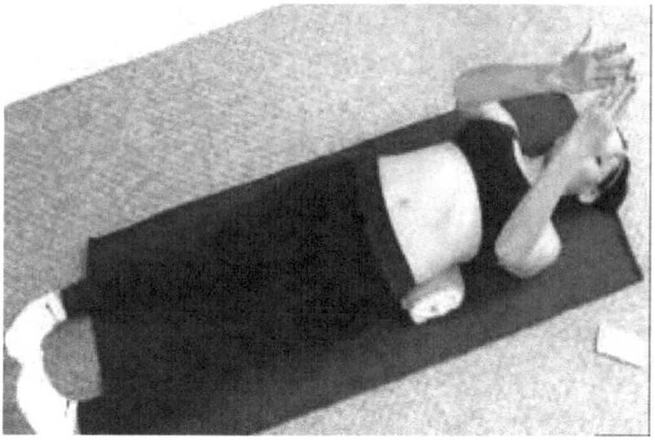

എതിർക്കുന്നു. അവരുടെ സ്വപ്ന ശരീരത്തോടുള്ള ആഗ്രഹം ഒരു കാരണമായിരിക്കാം. അതുകൊണ്ടു,

പലപ്പോഴും ആളുകൾ ഭ്രാന്തൻ ഡയറ്റിംഗ്, ജിം, വ്യായാമങ്ങൾ എന്നിവയുടെ പിന്തുണ സ്വീകരിക്കുന്നു. ചെലവേറിയതും അപകടകരവുമായ തിരയുന്ന മറ്റു ചിലരുണ്ട്. ഈ ഇതരമാർഗങ്ങൾ ഉപയോഗിച്ചാലും പ്രതീക്ഷിച്ച ഫലം ലഭിക്കില്ല.

ഫുകുത്സുജിയെ അറിയാനുള്ള കല

ഡോ. അതോഷിക്കി ഫുകുത്സുജി എന്ന ജാപ്പനീസ് ഡോക്ടറാണ് ഈ സംവിധാനത്തിന്റെ ഉപജ്ഞാതാവ്. റിഫ്ലെക്സോളജി, ഷിയാറ്റ്സു, അക്യുപങ്ചർ എന്നിവയിൽ അദ്ദേഹം വിദഗ്ധനായിരുന്നു. ഈ സംവിധാനം ജപ്പാനിൽ മാത്രമല്ല, ലോകമെമ്പാടും വ്യാപിക്കുന്നു. നിരവധി യൂട്യൂബർമാരും ബ്ലോഗർമാരും ഈ സംവിധാനം പരീക്ഷിക്കുകയും അംഗീകരിക്കുകയും ചെയ്തിട്ടുണ്ട്, ഇത് വ്യായാമ ടവൽ എന്നറിയപ്പെടുന്നു. ഡോക്ടറുടെ അഭിപ്രായത്തിൽ, വയറ്റിൽ കൊഴുപ്പ് അടിഞ്ഞുകൂടുന്നത് തെറ്റായ ഭാവം മൂലമാണെന്ന് സിദ്ധാന്തം പറയുന്നു.

ഈ വ്യായാമം ശരീരത്തെ വികസിപ്പിക്കുന്ന ജോലി ചെയ്യുന്നു, അതിലൂടെ അസ്ഥികൾ അവയുടെ ശരിയായ സ്ഥലത്തേക്ക് മടങ്ങുന്നു. നിങ്ങൾ എത്രത്തോളം വ്യായാമം ആവർത്തിക്കുന്നുവോ അത്രയും മികച്ച ഫലം ലഭിക്കും. എല്ലുകളുടെ രൂപഘടനയ്ക്കൊപ്പം, നടപടിക്രമം വയറിലെ പേശികളെ കൂടുതൽ ശക്തമാക്കുന്നു.

ഇത് കുടലിൽ കുടുങ്ങിയ കുമിൾ വസ്തുക്കളെ പൂർത്തിയാക്കുന്നു. ഇത് ആദ്യ ദിവസം തന്നെ അധിക ഭാരം കുറയ്ക്കുന്നു. വ്യായാമം ശരീരത്തിലെ കൊഴുപ്പ് തുല്യമായി വിതരണം ചെയ്യുകയും സാഹചര്യം മെച്ചപ്പെടുത്തുകയും ചെയ്യുന്നു.

ഘട്ടം ഘട്ടമായുള്ള സാങ്കേതിക ഫുകുത്സുജി

സിലിണ്ടർ റോളറുകളിൽ ഒരു തൂവാല പൊതിയുക. റിബൺ അല്ലെങ്കിൽ ചരട് മുതലായവ ഉപയോഗിച്ച് സുരക്ഷിതമായി കെട്ടുക.

- ഏതെങ്കിലും പരന്നതും ഉറച്ചതുമായ സ്ഥലത്ത് തൂവാലയിൽ കിടക്കുക.

- നിങ്ങളുടെ നാഭിയിലെ ടവലിൽ റോളിംഗ് പിൻ ഘടിപ്പിക്കുക.
- തോളുകളുടെ തലത്തിൽ കാലുകൾ ഉയർത്തി കാൽവിരലുകളിൽ സ്പർശിക്കുക.
- നിങ്ങളുടെ തലയ്ക്ക് മുകളിൽ കൈകൾ ഉയർത്തുക, കൈപ്പത്തി താഴ്ത്തി വിരലുകൾ സ്പർശിക്കുക.

- ഏകദേശം ഈ സ്ഥാനത്ത് തുടരുക. 5 മിനിറ്റ്. ശാന്തമായ രീതിയിൽ വ്യായാമങ്ങൾ സാവധാനം പൂർത്തിയാക്കുക.

ജാപ്പനീസ് ടെക്നിക്കുകൾ ഉപയോഗിച്ച് വയറിലെ കൊഴുപ്പ് കുറയ്ക്കുക

1. നേരെ നിൽക്കുക, ഒരു കാൽ മുന്നോട്ട് നീക്കുക, മറ്റേ കാൽ പിന്നിലേക്ക് വയ്ക്കുക.
2. നിങ്ങളുടെ നിതംബങ്ങൾ മുറുകെ പിടിക്കുക, നിങ്ങളുടെ പുറകിലെ കാലിൽ ശരീരഭാരം വയ്ക്കുക.
3. നിങ്ങളുടെ തലയ്ക്ക് മുകളിൽ കൈകൾ ഉയർത്തുക. ശ്വസിക്കുക, 3 സെക്കൻഡ് സാവധാനം ശ്വസിക്കുക.
4. 7 സെക്കൻഡ് ശ്വാസം വിടുക, നിങ്ങളുടെ പേശികളിൽ പിരിമുറുക്കം നൽകുക.

യോഗ

യോഗ എന്നാൽ നിങ്ങളുടെ ശരീരത്തെ വ്യത്യസ്ത രീതികളിൽ വളച്ചൊടിക്കുകയാണെന്ന് നിങ്ങൾക്ക് തോന്നുന്നുവെങ്കിൽ, നിങ്ങളുടെ അഭിപ്രായം പുനർവിചിന്തനം ചെയ്യേണ്ട സമയം അതിക്രമിച്ചിരിക്കുന്നു. യോഗ പരിമിതമായ ആസനങ്ങളിൽ ഒതുങ്ങുന്നില്ല, എന്നാൽ ഇത് വളരെ കൂടുതലാണ്. ചുരുക്കത്തിൽ, അത് മനസ്സിനെയും ശരീരത്തെയും ശ്വസനത്തെയും പരിപാലിക്കുന്നു.

യോഗ എന്ന വാക്ക് 'യുജ്' കൊണ്ടാണ് നിർമ്മിച്ചിരിക്കുന്നത്, അതായത് ചേരുക അല്ലെങ്കിൽ ഒത്തുചേരുക. 5000

വർഷത്തിലേറെയായി യോഗ ഇന്ത്യൻ അക്കാദമിയുടെ ഒരു പ്രധാന ഭാഗമാണ്. യോഗയിൽ, ആസനങ്ങളിലൂടെയും ധ്യാനത്തിലൂടെയും ശരീരത്തിന്റെ വിവിധ ഭാഗങ്ങൾ സന്തുലിതമാക്കാൻ നാം പഠിക്കുന്നു.

യോഗയുടെ പ്രേരണ

യോഗ ജീവിത കലയാണ്. ഇത് ഒരു ധ്യാന ശാസ്ത്രമാണ്. മനുഷ്യജീവിതത്തിൽ അതിന് ഒഴിച്ചുകൂടാനാവാത്ത സ്ഥാനമുണ്ട്. ധ്യാനത്തിലും സിദ്ധാന്തങ്ങളിലും അറിവിന്

പ്രാധാന്യം നൽകിയിട്ടുണ്ട്. യോഗയിലൂടെ ആത്മീയവും ശാരീരികവുമായ വികസനം സാധ്യമാണ്. ഓരോ ഘട്ടത്തിലും ടെൻഷൻ ഫ്രീ ആയി എങ്ങനെ സമാധാനവും ഐക്യവും നേടാം? ഈ രഹസ്യം വെളിപ്പെടുത്തുക എന്നതാണ് യോഗയുടെ പ്രധാന ലക്ഷ്യം.

ദൈവിക മൂല്യങ്ങൾ, വിശ്വാസം, ആസൂത്രണം എന്നിവയാൽ പ്രബുദ്ധമായ വൈകാരിക തലങ്ങളുള്ള അത്തരം വ്യക്തികളെ കെട്ടിപ്പടുക്കാൻ പഠിക്കുക എന്നതാണ് യോഗയുടെ പ്രധാന ലക്ഷ്യം. കാരണം അത്തരം ആളുകളിൽ, കഴിവുകളും ആത്മാവും ഉയർന്ന ഗ്രേഡാണ്. തീർച്ചയായും, സാധാരണക്കാരുമായി താരതമ്യപ്പെടുത്തുമ്പോൾ, അവർ കൂടുതൽ കഴിവുള്ളവരാണ്, അവരുടെ ഉപബോധമനസ്സ് വികസിപ്പിക്കാൻ അവരുടെ ഊർജ്ജം ഒഴുകുന്നു. ഉപവാസം, വിശ്വാസങ്ങൾ, ധ്യാനം തുടങ്ങിയ പരിശീലനങ്ങളുടെ സഹായത്തോടെ സജീവമായ മനസ്സിനെ ശാന്തവും ശാന്തവുമായ അവസ്ഥയിലേക്ക് കൊണ്ടുപോകുന്നതിൽ നമുക്ക് വിജയിക്കാനാകും.

യോഗയുടെ വ്യത്യസ്ത വിഷയങ്ങൾ പരിശോധിച്ചാൽ, ഭൗതിക ശരീരം മൂലമുണ്ടാകുന്ന മനസ്സിന്റെ തടസ്സം നിയന്ത്രിക്കുക എന്നതാണ് "ബലത്തിന്റെ അച്ചടക്കം" ധ്യാനത്തിന്റെ ലക്ഷ്യം. ഞരമ്പുകളെ നിയന്ത്രിക്കുന്ന ആരോഗ്യമുള്ള ശരീരം നാം നിർമ്മിക്കണം. “എട്ടുകാലുകളുള്ള യോഗ” പരിശോധിച്ചാൽ, യോഗയുടെ

നിയമത്തിന്റെ യഥാർത്ഥ ലക്ഷ്യം പിരിമുറുക്കം, അത്യാഗ്രഹം, മിഥ്യാധാരണ, മോഹം, അറ്റാച്ച്മെന്റുകൾ മുതലായവയുടെ കാരണങ്ങളെ ഇല്ലാതാക്കുക എന്നതാണ്.

യോഗാസനങ്ങളുടെയും ശരീരചലനങ്ങളുടെയും പ്രധാന ഉദ്ദേശം ശാരീരിക ശരീരത്തിന്റെ ശല്യങ്ങൾ നീക്കം ചെയ്യുക എന്നതാണ്. ലൗകിക സുഖങ്ങളിൽ നിന്ന് ആന്തരിക ജ്ഞാനത്തിലേക്ക് മനസ്സിനെ വ്യതിചലിപ്പിക്കുക എന്നതാണ് പ്രധാന ലക്ഷ്യം. എല്ലാ സുഖങ്ങളിൽ നിന്നും മനസ്സിനെ വ്യതിചലിപ്പിച്ച് പ്രത്യേക അവസ്ഥയിൽ ധ്യാനിക്കുക എന്നതാണ് വിശ്വാസത്തിന്റെ ലക്ഷ്യം. അത് സുസ്ഥിരമാകുമ്പോൾ, അതിനെ ധ്യാനം എന്ന് വിളിക്കുന്നു,

കൂടാതെ ധ്യാനത്തിന്റെ അങ്ങേയറ്റം പ്രപഞ്ചവുമായുള്ള ഏകത്വം അനുഭവിക്കാനുള്ള "ആത്മീയ സ്വയം പൂർത്തീകരണ" അവസ്ഥയാണ്. സമാധിയുടെ ഏറ്റവും ഉയർന്ന ഘട്ടത്തിൽ, പുരാതന ജ്ഞാനികളുടെ അഭിപ്രായത്തിൽ മനുഷ്യരുടെ ആത്യന്തിക ലക്ഷ്യമായ ദൈവത്തിന്റെ യഥാർത്ഥ രൂപം ദൃശ്യവത്കരിക്കാനാകും.

യോഗയുടെ ലക്ഷ്യങ്ങൾ

- മാനസിക ശക്തി വികസിപ്പിക്കാൻ.
- സർഗ്ഗാത്മകത വികസിപ്പിക്കുന്നതിന്.
- ടെൻഷനുകളിൽ നിന്ന് മുക്തി നേടാൻ.
- പ്രകൃതിവിരുദ്ധ ജീവിതശൈലി മെച്ചപ്പെടുത്താൻ.
- വിശാലമായ വീക്ഷണം വികസിപ്പിക്കുന്നതിന്.
- മാനസിക സമാധാനം ലഭിക്കാൻ.
- മികച്ച ശാരീരിക ശേഷി വികസിപ്പിക്കുന്നതിന്.
- ശാരീരിക രോഗങ്ങളിൽ നിന്ന് മുക്തി നേടുന്നതിന്.
- മദ്യവും മറ്റ് വിഷാംശവും ഒഴിവാക്കാൻ.
- മനുഷ്യന്റെ ദൈവിക പരിവർത്തനം കൈവരിക്കാൻ.

യോഗയുടെ തരങ്ങൾ

"ആത്മീയ ആത്മനിർവൃതി"യുടെയും ലോകത്തിന്റെ ഭൗതിക ആനന്ദത്തിൽ നിന്നുള്ള സ്വാതന്ത്ര്യത്തിന്റെയും ആത്യന്തിക ഘട്ടത്തിലെത്താൻ വ്യക്തികൾ സ്വീകരിക്കുന്ന രീതികൾ കാലാകാലങ്ങളിൽ യോഗ പുസ്തകങ്ങളിൽ വിവരിച്ചിരിക്കുന്നു. വിവിധ തരത്തിലുള്ള യോഗ എന്നാണ് ഇവ അറിയപ്പെടുന്നത്.

1. **ബലപ്രയോഗത്തിന്റെഅച്ചടക്കം:** പ്രാചീനകാലത്ത്, ബലപ്രയോഗത്തിൽ പ്രാവീണ്യമുള്ള ഒരു പ്രസിദ്ധനായ സന്യാസി ഗെരാണ്ട് ഉണ്ടായിരുന്നു. മാർക്കറ്റിൽ ഇപ്പോഴും ലഭ്യമായ പ്രശസ്തമായ പുസ്തകത്തിന്റെ പ്രായോഗിക അധ്യാപനവും അദ്ദേഹം സൃഷ്ടിച്ചു. ഈ പുസ്തകത്തിൽ, ബലപ്രയോഗത്തിന്റെ ഏഴ് ഭാഗങ്ങൾ ആഴത്തിൽ വിവരിച്ചിരിക്കുന്നു.

   ബലപ്രയോഗത്തിന്റെ അച്ചടക്കത്തിലെ പ്രത്യേകത: ഇതിൽ ശാരീരിക പ്രവർത്തനങ്ങളും ഉൾപ്പെടുന്നു.ഉദാഹരണത്തിന്- കാക്കയുടെ കൊക്ക് പോലെ നാവ് വളച്ചൊടിച്ച് ഓക്സിജൻ വലിച്ചെടുക്കുക, തൊണ്ടയുടെ അറ്റത്തേക്ക് നാവ് പിന്നിലേക്ക് വലിച്ചുകൊണ്ട് വായു വലിച്ചെടുക്കുക, തുടർന്ന് മറ്റ് ചില പൊതു ഭാവങ്ങളിലൂടെ മുന്നോട്ട് ബലപ്രയോഗത്തിന്റെ അച്ചടക്കത്തിലെ പ്രത്യേകത: ഇതിൽ ശാരീരിക പ്രവർത്തനങ്ങളും ഉൾപ്പെടുന്നു. ഉദാഹരണത്തിന്- കാക്കയുടെ കൊക്ക് പോലെ നാവ് വളച്ചൊടിച്ച് ഓക്സിജൻ വലിച്ചെടുക്കുക, തൊണ്ടയുടെ അറ്റത്തേക്ക് നാവ് പിന്നിലേക്ക് വലിച്ചുകൊണ്ട് വായു വലിച്ചെടുക്കുക, തുടർന്ന് മറ്റ് ചില പൊതു ഭാവങ്ങളിലൂടെ മുന്നോട്ട്

2. **ആഗിരണത്തിനും പിരിച്ചുവിടലിനും വേണ്ടിയുള്ള യോഗ:** സർവ്വശക്തനായ ദൈവത്തിൽ എത്തിച്ചേരാനുള്ള ഒരു മാർഗ്ഗമായും യോഗാദ്ധ്യാപകർ ശബ്ദത്തിന്റെ ഒഴുക്കിനെ കണക്കാക്കുന്നു. അതിനർത്ഥം "നിന്റെ ഹൃദയത്തെ

3. നിന്റെ ആത്മാവുമായി ട്യൂൺ ചെയ്യുക, അതിനെ വ്യാപിപ്പിക്കുക." ഇത് പരിശീലിക്കുന്നതിലൂടെ, അറിവ് ഉപയോഗിച്ച് സത്യം അന്വേഷിക്കുന്നതിലൂടെ ഒരു മനുഷ്യൻ ആത്മാവിലെത്തുന്നു. തന്റെ ആത്മാവ് മാത്രമല്ല, പ്രപഞ്ചം മുഴുവനും അതിൽ വ്യാപിച്ചിരിക്കുന്നുവെന്ന് ഇപ്പോൾ അവൻ കണ്ടെത്തുന്നു. ആ ആത്മാവ് ദൈവത്തിന്റെ പരമാത്മാവാണ്. രണ്ടും ഒന്നാണ്. അവർ പരസ്പരം വ്യത്യസ്തരല്ല.
4. **ആത്മസാക്ഷാത്കാരത്തിനുള്ള യോഗ:** വേദങ്ങളിൽ, എല്ലാ യോഗ രീതികളിലും ഏറ്റവും മികച്ചതും എല്ലാ യോഗ പ്രവർത്തനങ്ങളുടെയും രാജാവായിരിക്കുന്നതും ആത്മസാക്ഷാത്കാരം എന്നറിയപ്പെടുന്നു. ആത്മാവിനെ ദൈവത്തിലേക്കുള്ള വ്യാപന പരിശീലനത്തിൽ മനസ്സിനെ ഏകാഗ്രമാക്കുന്നതിനും സ്ഥിരപ്പെടുത്തുന്നതിനുമുള്ള മനസ്സിന്റെ ചഞ്ചലത, ഗ്രഹണ വശം എന്നിവ നീക്കം ചെയ്തുകൊണ്ട് നിങ്ങൾക്ക് ഈ യോഗ പരിശീലിക്കാമെന്ന് പറയപ്പെടുന്നു. ചില യോഗാധ്യാപകർ യോഗയുടെ ഈ രൂപത്തെ മറ്റ് ചില ധ്യാന കലകളോടൊപ്പം പരിഗണിച്ചിട്ടുണ്ട്. ഈ ക്രമത്തിൽ ധ്യാനം ചെയ്യുന്ന വ്യക്തി തന്റെ രൂപത്തിലെത്തിയ ശേഷം ജീവിതത്തിൽ നിന്ന് മുക്തനാകുന്നു.
5. **ആത്മീയ യോഗ:** ഫലം ആഗ്രഹിക്കാതെ നിങ്ങളുടെ ജോലി മാത്രം ചെയ്യുക എന്ന ചിന്തയെ ഈ യോഗ വിപുലീകരിക്കുന്നു. ആത്മീയ പാത പിന്തുടരുമ്പോൾ, വ്യക്തിക്ക് ദൈവത്തിന്റെ സാന്നിധ്യം അനുഭവപ്പെടുന്നു.
6. **"പഠനത്തിന്റെ പാത" യോഗ:** ലോകത്ത്, അറിവോളം പവിത്രമായ മറ്റൊന്നില്ല. രണ്ട് തരത്തിലുള്ള അറിവുകളുണ്ട് --യുക്തിപരമായ അറിവും ആത്മീയ അറിവും. യുക്തിസഹമായ അറിവ് ഒരു ശാസ്ത്രം എന്നറിയപ്പെടുന്നു; കാര്യങ്ങളിൽ പ്രതിനിധീകരിക്കുന്ന സത്യത്തിന് വേണ്ടിയാണ് ഇത് ചെയ്യുന്നത്. അത് പഠിച്ചവന്റെയും

7. പഠിതാവിന്റെയും അറിവാണ്. ആത്മീയ അറിവ് അറിവ് എന്നറിയപ്പെടുന്നു. ഇതിൽ പഠിച്ചവൻ എന്ന വ്യത്യാസമില്ല. അത്തരമൊരു വ്യക്തിക്ക് എല്ലാ രൂപത്തിലും ദൈവത്തെ ദർശിക്കാൻ കഴിയും.
8. **പ്രവർത്തനത്തിന്റെ യോഗ:** ഈ ലോകം പ്രവർത്തനങ്ങളുടെ ചങ്ങലകളാൽ ബന്ധിക്കപ്പെട്ടിരിക്കുന്നുവെന്ന് ഈ ആശയം പറയുന്നു. അതിനാൽ, നിങ്ങൾ അറ്റാച്ച്മെന്റില്ലാതെ നിങ്ങളുടെ പ്രവൃത്തി ചെയ്യുന്നു. എന്തെന്നാൽ ഒരു
9. **പവിത്രമായ ആത്മീയ വാക്കുകളുടെ ആവർത്തനം യോഗ:** പവിത്രമായ ആത്മീയ വാക്കുകളുടെ ആവർത്തനം യോഗയുടെ ഒരു പ്രധാന ഭാഗമാണ്. ഇത് ശാശ്വതമായ സമാധാനവും ശ്രേഷ്ഠമായ ആനന്ദവും അമർത്യതയും മാത്രമേ നൽകൂ. ഒരാൾ ഇതിൽ വിദഗ്ദ്ധനായിരിക്കണം, ധാർമികതയോടും പരിശുദ്ധിയോടും സ്നേഹത്തോടും ആരാധനയോടും കൂടി ഇത് ചെയ്യണം. യോഗയുടെ ഈ രൂപത്തേക്കാൾ വലിയ യോഗയില്ല. നിങ്ങൾക്ക് ആവശ്യമുള്ളതെല്ലാം നൽകാൻ ഇതിന് കഴിയും.

യോഗയുടെ പ്രയോജനങ്ങൾ

യോഗ പരിശീലിക്കുന്നതോടൊപ്പം ധ്യാനം, ആഴത്തിലുള്ള ശ്വസനം, ശ്വസനം നിയന്ത്രിക്കൽ എന്നിവ ചെയ്യണം. യോഗ മനസ്സിനെ ശാന്തമാക്കുന്നു. മറ്റൊരു വിധത്തിൽ പറഞ്ഞാൽ, യോഗ നിരാശ, സങ്കടം, കോപം, ഭയം എന്നിവയെ മന്ദഗതിയിലാക്കുന്നു, ഇത് ടെൻഷനുണ്ടാക്കാം. മൈഗ്രേൻ, ഉറക്കമില്ലായ്മ, ഹൃദ്രോഗം തുടങ്ങിയ എല്ലാ ആരോഗ്യ പ്രശ്നങ്ങളുടെയും മൂലകാരണം സ്ട്രെസും ടെൻഷനുമാണ്. മനസ്സ് ശാന്തമായി സൂക്ഷിക്കാൻ നിങ്ങൾ പഠിച്ചാൽ, നിങ്ങൾ ദീർഘകാലം ആരോഗ്യവാനായിരിക്കും.

യോഗയുടെ ആന്തരിക ആരോഗ്യ ഗുണങ്ങൾ

രക്തചംക്രമണം: ശരീരത്തിലെ രക്തചംക്രമണം നന്നായി പ്രവർത്തിക്കുമ്പോൾ, എല്ലാ അവയവങ്ങളും നന്നായി പ്രവർത്തിക്കുന്നു. ശരീര താപനിലയും നിയന്ത്രണവിധേയമാണ്. രക്തചംക്രമണം

അനിയന്ത്രിതമാകുമ്പോൾ, ശരീരം വിവിധ രോഗങ്ങൾക്ക് ഇരയാകുന്നു, ഹൃദ്രോഗം, കരൾ മോശം, തലച്ചോറിന്റെ പ്രവർത്തനം ശരിയല്ല, തുടങ്ങിയവയെല്ലാം അനാരോഗ്യകരമായ സാഹചര്യങ്ങളാണ്. ഈ സാഹചര്യത്തിൽ യോഗ ചെയ്യുന്നതിലൂടെ മാത്രമേ രക്തചംക്രമണം ശരിയായി നടക്കൂ. ഇത് പരിശീലിക്കുന്നതോടെ ശരീരത്തിലെ എല്ലാ അവയവങ്ങൾക്കും ഓക്സിജനും പോഷകങ്ങളും ലഭിക്കും.

സന്തുലിത രക്തസമ്മർദ്ദം: തെറ്റായ ജീവിതശൈലി കാരണം പലരും രക്തസമ്മർദ്ദ പ്രശ്നങ്ങൾ അനുഭവിക്കുന്നു. നിങ്ങൾക്കും ചില രക്തസമ്മർദ്ദ പ്രശ്നങ്ങളുണ്ടെങ്കിൽ, ഇന്ന് മുതൽ ആരംഭിക്കുക - ഒരു യോഗ അധ്യാപകന്റെ മേൽനോട്ടത്തിൽ യോഗ ആരംഭിക്കുക. യോഗയും പ്രധാനമാണ്, കാരണം പ്രാണായാമം ചെയ്യുന്നത് ശരീരത്തിന് ആവശ്യമായ ഊർജ്ജം നൽകും, നാഡീവ്യൂഹം നന്നായി പ്രവർത്തിക്കും. ഹൃദയമിടിപ്പും സാധാരണ നിലയിലാകും.

മെച്ചപ്പെട്ട ശ്വസനവ്യവസ്ഥ: ശ്വസനവ്യവസ്ഥയിലെ ഏതെങ്കിലും അസാധാരണത്വം നമ്മെ രോഗബാധിതരാക്കാൻ പര്യാപ്തമാണ്. ഈ സാഹചര്യത്തിൽ, ജീവിതത്തിന് ശ്വസനം എത്ര പ്രധാനമാണെന്ന് യോഗ നമ്മോട് പറയുന്നു, കാരണം ഓരോ യോഗാസനവും ശ്വസനത്തെ അടിസ്ഥാനമാക്കിയുള്ളതാണ്. നിങ്ങൾ യോഗ ചെയ്യുമ്പോൾ, ശ്വാസകോശം പൂർണ്ണ ശേഷിയോടെ പ്രവർത്തിക്കുന്നു, ശ്വസനം എളുപ്പമാക്കുന്നു.

ദഹനക്കേടിൽ നിന്നുള്ള ആശ്വാസം: യോഗയുടെ മറ്റ് ഗുണങ്ങൾക്കൊപ്പം ദഹനക്കേട് മൂലമുള്ള ഗ്യാസിൽ നിന്നുള്ള ആശ്വാസവും ഉൾപ്പെടുത്തിയിട്ടുണ്ട്. കുട്ടികളും പ്രായമായവരും ഉൾപ്പെടെ ആർക്കും ഗ്യാസ് പ്രശ്നങ്ങൾ ഉണ്ടാകാം. ദഹനവ്യവസ്ഥ ശരിയായി പ്രവർത്തിക്കാത്തതിനാലാണ് ഈ പ്രശ്നം ഉണ്ടാകുന്നത്. ഈ പ്രശ്നം പരിഹരിക്കാൻ, യോഗയാണ് ഏറ്റവും നല്ല പ്രതിവിധി. യോഗ ദഹനവ്യവസ്ഥയെ മികച്ചതാക്കുകയും ദഹനക്കേട്, ഗ്യാസ്, അസിഡിറ്റി തുടങ്ങിയ പ്രശ്നങ്ങളിൽ നിന്ന് മുക്തി നേടുകയും ചെയ്യാം.

വേദന സഹിക്കാനുള്ള ശക്തി: ശരീരത്തിൽ എവിടെയും എപ്പോൾ വേണമെങ്കിലും വേദന ഉണ്ടാകാം. പ്രത്യേകിച്ച് സന്ധി വേദന അസഹനീയമാണ്. നിങ്ങൾ യോഗ ചെയ്യാൻ തുടങ്ങുമ്പോൾ, തുടക്കത്തിൽ, ശാരീരികം വേദന സഹിക്കാനുള്ള ശേഷി വർദ്ധിക്കുന്നു. പതിവ് പരിശീലനത്തിന് ശേഷം, വേദന കുറയുന്നു.

രോഗപ്രതിരോധ ശക്തി: രോഗങ്ങളെ ചെറുക്കാൻ, നിങ്ങളുടെ പ്രതിരോധശേഷി ശക്തമായിരിക്കണം. പ്രതിരോധശേഷി കുറഞ്ഞാൽ ശരീരം പല രോഗങ്ങൾക്കും ഇരയാകുന്നു. നിങ്ങൾ ആരോഗ്യവാനാണെങ്കിലും അല്ലെങ്കിലും, രണ്ട് സാഹചര്യങ്ങളിലും, യോഗ ചെയ്യുന്നത് പ്രയോജനകരമായ ഒരു വിലപേശലായിരിക്കും. നിങ്ങളുടെ പ്രതിരോധശേഷി ശക്തിപ്പെടും.

ന്യൂ എനർജി: ജീവിതം പോസിറ്റീവായി ജീവിക്കാനും അത് പ്രവർത്തനക്ഷമമാക്കാനും ശരീരത്തിലെ ഊർജ്ജം വളരെ പ്രധാനമാണ്. ഇതിൽ യോഗ നിങ്ങളുടെ ശരീരത്തെ സഹായിക്കുന്നു. യോഗ ചെയ്യുന്നതിലൂടെ എല്ലാ ക്ഷീണവും മാറുകയും ശരീരം പുതിയ ഊർജ്ജം നിറയ്ക്കുകയും ചെയ്യുന്നു.

മെച്ചപ്പെട്ട മെറ്റബോളിസം: നമ്മുടെ ശരീരത്തിന്റെ ഉപാപചയ പ്രതികരണങ്ങൾ വളരെ പ്രധാനമാണ്. ഈ പ്രതികരണത്തിലൂടെ മാത്രമേ നമ്മുടെ ശരീരത്തിന് ഭക്ഷണത്തിൽ നിന്ന് ഊർജം ലഭിക്കുന്നുള്ളൂ, അതിനാൽ നമുക്ക് നമ്മുടെ ദൈനംദിന ജോലികൾ സാധാരണ രീതിയിൽ ചെയ്യാൻ കഴിയും. ദഹനവ്യവസ്ഥ, കരൾ, വൃക്ക എന്നിവ ശരിയായി പ്രവർത്തിക്കുമ്പോൾ, മെറ്റബോളിസം നന്നായി പ്രവർത്തിക്കുന്നു. ഈ സാഹചര്യത്തിൽ, യോഗ സഹായകരമാണ്, കാരണം യോഗയിലൂടെ ദഹനക്കേട് ഭേദമാക്കാനും ഉപാപചയം നന്നായി പ്രവർത്തിക്കാനും കഴിയും.

ഉറക്കം: പകൽ മുഴുവൻ ജോലി ചെയ്ത ശേഷം, രാത്രിയിൽ നല്ല ഉറക്കം ഉണ്ടായിരിക്കേണ്ടത് പ്രധാനമാണ്.അടുത്ത ദിവസത്തെ ജോലിക്ക് തയ്യാറാകാൻ ശരീരത്തെ

സഹായിക്കുന്നു. വേണ്ടത്ര ഉറക്കം ലഭിക്കാത്തത് അസ്വസ്ഥത, തലവേദന, കണ്ണുകൾ കത്തുക, പിരിമുറുക്കം എന്നിവയ്ക്ക് കാരണമാകും. മുഖത്ത് ഒരു തിളക്കവും ഉണ്ടാകില്ല. നേരെമറിച്ച്, നിങ്ങൾ യോഗ ചെയ്യുമ്പോൾ, നിങ്ങളുടെ മനസ്സ് ശാന്തമാകും, ടെൻഷനിൽ നിന്ന് മുക്തി നേടുന്നു, രാത്രിയിൽ നിങ്ങൾക്ക് നല്ല ഉറക്കം ലഭിക്കും.

സന്തുലിതമായ കൊളസ്ട്രോൾ: യോഗ ചെയ്യുന്നതിലൂടെ രക്തചംക്രമണം മെച്ചപ്പെടും. ഇക്കാരണത്താൽ, ശരീരത്തിൽ മെച്ചപ്പെട്ട രക്തപ്രവാഹം ഉണ്ടാകുന്നു. അതിനാൽ, രക്തം കട്ടപിടിക്കുന്നതിന്റെയും അധിക കൊഴുപ്പുകളുടെയും പ്രശ്നം ഉണ്ടാകില്ല. കൊളസ്ട്രോൾ നിയന്ത്രിക്കുന്നതിനുള്ള പ്രധാന ഉറവിടമാണിത്. യോഗ നല്ല കൊളസ്ട്രോൾ (എച്ച്ഡിഎൽ) വർദ്ധിപ്പിക്കുകയും ചീത്ത കൊളസ്ട്രോൾ (എൽഡിഎൽ) കുറയ്ക്കുകയും ചെയ്യുന്നു. സമീകൃതാഹാരത്തോടൊപ്പം യോഗ പോലുള്ള വ്യായാമവും ആവശ്യമാണ്.

സോഡിയത്തിന്റെ നിയന്ത്രണം: പലപ്പോഴും, നമ്മൾ പുറത്തുനിന്നുള്ള മസാലകൾ അല്ലെങ്കിൽ ജങ്ക് ഫുഡ് കഴിക്കുന്നു. ഈ ഭക്ഷണങ്ങളിൽ, സോഡിയത്തിന്റെ അളവ് എപ്പോഴും വളരെ ഉയർന്നതാണ്. ശരീരത്തിൽ സോഡിയം വർദ്ധിക്കുന്നതോടെ ഹൃദ്രോഗങ്ങൾ അല്ലെങ്കിൽ കരൾ രോഗങ്ങൾ നമ്മെ ബാധിക്കും. ഇത് ഒഴിവാക്കാൻ, നിങ്ങൾ ആദ്യം ഇത്തരത്തിലുള്ള ഭക്ഷണം കഴിക്കുന്നത് നിർത്തണം. അതോടൊപ്പം പതിവായി യോഗ ചെയ്യുക. സോഡിയത്തിന്റെ അളവ് നിയന്ത്രിക്കാൻ യോഗയ്ക്ക് കഴിയും.

ട്രൈഗ്ലിസറൈഡുകൾ കുറയ്ക്കുന്നു: ട്രൈഗ്ലിസറൈഡുകൾ നമ്മുടെ രക്തത്തിലെ ഒരു തരം കൊഴുപ്പാണ്, ഇത് ഹൃദ്രോഗത്തിനോ ഹൃദയാഘാതത്തിനോ കാരണമാകാം. അത് കുറയ്ക്കാൻ, പതിവ് യോഗ വളരെ അത്യാവശ്യമാണ്. യോഗ ചെയ്യുന്നതിലൂടെ, ഹൃദയമിടിപ്പ് സാധാരണയായി വർദ്ധിക്കുന്നു, അതിനാൽ ട്രൈഗ്ലിസറൈഡുകൾ പോലുള്ള സാഹചര്യം തടയാൻ കഴിയും.

ഹൃദ്രോഗങ്ങൾ തടയൽ: ഹൃദയം നമ്മുടെ ശരീരത്തിലെ ഒരു അതിലോലമായ ഭാഗമാണ്. ഭക്ഷണക്രമം, അസന്തുലിതമായ ജീവിതശൈലി, ടെൻഷനുകൾ എന്നിവ നമ്മുടെ ഹൃദയത്തെ നേരിട്ട് ബാധിക്കുന്നു. ഭാവിയിൽ ഹൃദ്രോഗങ്ങൾ ഉണ്ടാകും. യോഗയാണ് ഏറ്റവും നല്ല പ്രതിരോധ മാർഗം. ചിട്ടയായ യോഗയും ആരോഗ്യകരമായ ഭക്ഷണക്രമവും ഹൃദയത്തെ ശക്തിപ്പെടുത്തുന്നു. നിങ്ങളുടെ

ഹൃദയത്തിനായി പരിശീലിക്കുമ്പോൾ യോഗയുടെ മൂല്യം നിങ്ങൾക്ക് മനസ്സിലാകും.

RBC യുടെ വർദ്ധനവ്: നമ്മുടെ ശരീരത്തിൽ RBC കളുടെ വലിയ സംഭാവനയുണ്ട്. അവ നമ്മുടെ ശ്വാസകോശത്തിൽ നിന്ന് ഓക്സിജൻ എടുത്ത് ശരീരത്തിന്റെ എല്ലാ ഭാഗങ്ങളിലേക്കും നൽകുന്നു. ചുവന്ന രക്താണുക്കളുടെ കുറവ് വിളർച്ചയിലേക്ക് നയിച്ചേക്കാം. യോഗ ചെയ്യുന്നതിലൂടെ അതിന്റെ അളവ് കൂടും.

ആസ്ത്മ: ആസ്ത്മയിൽ ശ്വാസനാളം ചുരുങ്ങുന്നു, അതിനാൽ ശ്വസിക്കാൻ പ്രയാസമാണ്. പൊടി നിറഞ്ഞ ചെറിയ സ്ഥലങ്ങളിൽ ഞങ്ങൾ ശ്വാസം മുട്ടിക്കുന്നു. ഈ അവസ്ഥയിൽ നിങ്ങൾ യോഗ ചെയ്യുകയാണെങ്കിൽ, നിങ്ങളുടെ ശ്വാസകോശങ്ങൾ സമ്മർദ്ദത്തിലാകുകയും ഉയർന്ന ദക്ഷതയോടെ അവ നന്നായി പ്രവർത്തിക്കുകയും ചെയ്യും.

സന്ധിവാതം: സന്ധിവേദനയിൽ, സന്ധികൾ സാധാരണയായി വീർക്കുകയും വേദനാജനകമാവുകയും ചെയ്യും. ഈ അവസ്ഥയിൽ, ദൈനംദിന ജോലികൾ ചെയ്യാൻ വളരെ ബുദ്ധിമുട്ടാണ്. ഈ സാഹചര്യത്തിൽ, യോഗ നിങ്ങൾക്ക് വളരെ ഗുണം ചെയ്യും. ഒരു യോഗാധ്യാപകന്റെ മേൽനോട്ടത്തിൽ യോഗ ചെയ്യുന്നത് സന്ധി വേദനകൾക്ക് സഹായിക്കും, അങ്ങനെ, വീക്കം ക്രമേണ കുറയുകയും അവ പ്രവർത്തിക്കാൻ തുടങ്ങുകയും ചെയ്യുന്നു.

കാൻസർ: യോഗയിലൂടെ കാൻസർ പൂർണമായി ഭേദമാകുമോ ഇല്ലയോ എന്ന് പറയാൻ പ്രയാസമാണ്.

എന്നാൽ അതെ, യോഗയിലൂടെ ക്യാൻസറിൽ നിന്ന് കരകയറാൻ ഇത് സഹായകമാണെന്ന് ഉറപ്പായും പറയാം. യോഗ ചെയ്യുന്നതിലൂടെ കാൻസർ രോഗിയുടെ ശരീരത്തിലെ വിഷ ബാക്ടീരിയകൾ കുറയാൻ തുടങ്ങുകയും രക്തചംക്രമണം മെച്ചപ്പെടുകയും ചെയ്യുന്നു. ടെൻഷനും ക്ഷീണവും കുറവാണ്. കീമോതെറാപ്പി മൂലമുണ്ടാകുന്ന ഓക്കാനം, ഛർദ്ദി എന്നിവയ്ക്കൊപ്പം നിയന്ത്രിക്കാനാകും.

മൈഗ്രെയ്ൻ: മൈഗ്രേൻ രോഗി പതിവായി യോഗ ചെയ്യുകയാണെങ്കിൽ; തലയിലെ വേദനയിൽ നിന്ന് അയാൾക്ക് ആശ്വാസം ലഭിക്കും. യോഗ പേശികളുടെ പിരിമുറുക്കം കുറയ്ക്കുന്നു. അതാകട്ടെ, തലച്ചോറിന് ശരിയായ ഓക്സിജൻ വിതരണം ലഭിക്കുന്നു, കൂടാതെ രോഗിക്ക് തലവേദനയിൽ നിന്ന് ആശ്വാസം ലഭിക്കുന്നു.

ബ്രോങ്കൈറ്റിസ്: വായ, മൂക്ക്, ശ്വാസകോശം എന്നിവയിലെ വായു സഞ്ചാരത്തെ ശ്വാസകോശ ലഘുലേഖ എന്ന് വിളിക്കുന്നു. വീർക്കുമ്പോൾ ശ്വസിക്കാൻ പ്രയാസമാകും. വൈദ്യഭാഷയിൽ ഇത് ബ്രോങ്കൈറ്റിസ് എന്നാണ് അറിയപ്പെടുന്നത്. ഈ വീക്കം നീക്കം ചെയ്യാൻ യോഗ സഹായിക്കുന്നു. യോഗയിലൂടെ ശ്വാസകോശത്തിലേക്ക് ഓക്സിജൻ പൂർണ്ണമായി നൽകപ്പെടുകയും അതേ സമയം ശ്വാസകോശം ഊർജം കൊണ്ട് റീചാർജ് ചെയ്യുകയും ചെയ്യുന്നു.

മലബന്ധം: പല രോഗങ്ങൾക്കും മൂലകാരണമായ രോഗമാണിത്. ദഹനവ്യവസ്ഥയിലെ പ്രശ്നങ്ങൾ മൂലമാണ് മലബന്ധം ഉണ്ടാകുന്നത്. അത് ഭേദമാക്കാൻ യോഗയാണ് ഔഷധത്തേക്കാൾ നല്ലത്. യോഗയിലൂടെ മലബന്ധം വേരോടെ പിഴുതെറിയാനാകും. ഒന്നാമതായി, യോഗ ദഹനവ്യവസ്ഥയെ സുഖപ്പെടുത്തും, അങ്ങനെ മലബന്ധം സ്വയം സുഖപ്പെടുത്തുകയും നിങ്ങൾക്ക് പുതുമ അനുഭവപ്പെടുകയും ചെയ്യും.

വന്ധ്യതയും ആർത്തവവിരാമവും: ആരെങ്കിലും അവളുടെ ഫെർട്ടിലിറ്റി മെച്ചപ്പെടുത്താൻ ആഗ്രഹിക്കുന്നുവെങ്കിൽ, യോഗയിൽ വിവരിച്ചിരിക്കുന്ന

നിരവധി ആസനങ്ങളുണ്ട്. യോഗ ചെയ്യുന്നതിലൂടെ ബീജവുമായി ബന്ധപ്പെട്ട ഏത് പ്രശ്നവും ലൈംഗിക പ്രശ്നങ്ങളും ഫാലോപ്യൻ ട്യൂബ് പ്രശ്നങ്ങളും പിസിഒഡിയും സുഖപ്പെടുത്താം. ഇത് കൂടാതെ, ആർത്തവവിരാമത്തിന് മുമ്പോ ശേഷമോ, ഏത് പ്രതികൂല ലക്ഷണങ്ങളും യോഗയിലൂടെ സുഖപ്പെടുത്താം.

സൈനസും മറ്റ് അലർജികളും: സൈനസ് കാരണം മൂക്കിന് ചുറ്റുമുള്ള പേശികൾ വീർക്കുന്നു. ഇത് ശ്വാസതടസ്സം ഉണ്ടാക്കുന്നു. ഈ പ്രശ്നത്തിനും പരിഹാരം കാണുന്നതിന് യോഗയാണ് മികച്ച പരിഹാരം. സൈനസിൽ, പ്രാണായാമം പോലുള്ള ശ്വസന സംബന്ധമായ യോഗ വ്യായാമങ്ങൾ മൂക്കിലെയും തൊണ്ടയിലെയും ട്യൂബുകളിലെ തടസ്സങ്ങൾ നീക്കുകയും ശ്വസനം എളുപ്പമാക്കുകയും ചെയ്യുന്നു. ഇവ കൂടാതെ, മറ്റ് അലർജികളും യോഗയിലൂടെ സുഖപ്പെടുത്താം.

നടുവേദന: ഇന്നത്തെ കാലത്ത്, നമ്മുടെ മിക്ക ജോലികളും ഇരിക്കുമ്പോഴാണ് ചെയ്യുന്നത്. ഇക്കാരണത്താൽ, എല്ലാവർക്കും ചില ഘട്ടങ്ങളിൽ നടുവേദന അനുഭവപ്പെടുന്നു. പ്രഗത്ഭനായ യോഗാധ്യാപകന്റെ നേതൃത്വത്തിൽ യോഗ ചെയ്യുകയാണെങ്കിൽ, നട്ടെല്ല് വഴക്കമുള്ളതാകും. ഇതിലൂടെ ഏത് തരത്തിലുള്ള നടുവേദനയും അകറ്റാം.

യോഗയുടെ ബാഹ്യ നേട്ടങ്ങൾ

വാർദ്ധക്യത്തിന്റെ കുറവ്: ചില ആളുകളുടെ മുഖം വാർദ്ധക്യത്തിന്റെ ആദ്യകാല ലക്ഷണങ്ങളെ പ്രതിഫലിപ്പിക്കുന്നു. യോഗ ചെയ്യുകയാണെങ്കിൽ, സമയത്തിന് മുമ്പുള്ള വാർദ്ധക്യം നിയന്ത്രിക്കാനാകും. യോഗയിലൂടെ ശരീരത്തിലെ ടോക്സിക് ഏജന്റുകളെയും ബാക്ടീരിയകളെയും ശുദ്ധീകരിക്കുകയും ഫ്രീ റാഡിക്കലുകളെ ഇല്ലാതാക്കുകയും ചെയ്യുന്നു. ടെൻഷൻ കാരണം, നേരത്തെയുള്ള വാർദ്ധക്യ ലക്ഷണങ്ങൾ പ്രതിഫലിക്കുന്നു. എന്നാൽ യോഗ ഈ അവസ്ഥകളെയെല്ലാം ഒരു പരിധി വരെ തടയുന്നു.

വർദ്ധിച്ച ശാരീരിക ശക്തി: തെറ്റായ ഭാവത്തിൽ ഇരിക്കുന്നതും നടക്കുന്നതും തെറ്റായ ശരീരഘടനയ്ക്ക് കാരണമാകുന്നു. ഇക്കാരണത്താൽ, ശരീരത്തിന്റെ വിവിധ ഭാഗങ്ങളിൽ വേദന ഉണ്ടാകാം, അതിന്റെ ഫലമായി പേശികളും എല്ലുകളും ദുർബലമാകും. ഈ രോഗങ്ങൾ തടയുന്നതിന്, ശരിയായ നടപടി യോഗ പരിശീലിക്കുക എന്നതാണ്. യോഗ സ്ഥിരമായി പരിശീലിക്കുന്നതോടെ എല്ലുകളും പേശികളും ശക്തിപ്പെടും. ശരീരത്തിന് നല്ല രൂപം ലഭിക്കുകയും ശാരീരിക ശക്തി വർദ്ധിക്കുകയും ചെയ്യുന്നു.

സന്തുലിതമായ ശരീരഭാരം: ഈ ദിവസങ്ങളിൽ മിക്ക ആളുകളും പൊണ്ണത്തടിയുടെ ഇരകളാണ്. തെറ്റായ ഭക്ഷണക്രമവും തെറ്റായ ജീവിതരീതിയുമാണ് ഇതിന് കാരണം. ഒന്നാമതായി, നമ്മുടെ വയറു കഷ്ടപ്പെടുന്നു. മോശം ദഹനവ്യവസ്ഥയാണ് എല്ലാ രോഗങ്ങൾക്കും കാരണം. ഇതിനെ നേരിടാനുള്ള ഏറ്റവും നല്ലതും എളുപ്പവുമായ മാർഗ്ഗം യോഗയാണ്. സ്ഥിരമായി യോഗ ചെയ്യുകയാണെങ്കിൽ മലബന്ധം, അസിഡിറ്റി തുടങ്ങിയ പ്രശ്നങ്ങൾ മാറുകയും ദഹനവ്യവസ്ഥ മെച്ചപ്പെടുകയും ചെയ്യും. ശരീരഭാരം നിയന്ത്രിക്കാനും ഇത് സഹായിക്കുന്നു.

നല്ല ബിൽറ്റ് ബോഡി: വ്യത്യസ്ത യോഗാസനങ്ങൾ ശരീരത്തെ തല മുതൽ കാൽ വരെ സന്തുലിതമാക്കുകയും നിങ്ങളെ മാനസികമായും ആത്മീയമായും ശക്തരാക്കുകയും ചെയ്യുന്നു. അവയവങ്ങളുടെ ശരിയായ പ്രവർത്തനം നിങ്ങളുടെ ശരീരത്തെ സുസ്ഥിരവും സുസ്ഥിരവുമാക്കുന്നു.

കോർ ശക്തിയുടെ വർദ്ധനവ്: ശരീരത്തിലെ പ്രധാന പേശികളുടെ പ്രധാന ഗ്രൂപ്പാണ് കോർ. ശരീരത്തിന്റെ ശരിയായ പ്രവർത്തനത്തിന്, കോർ വികസിപ്പിച്ചെടുക്കുകയും ശക്തമാവുകയും ചെയ്യേണ്ടത് പ്രധാനമാണ്. മുഴുവൻ ശരീരഭാരവും കാമ്പിൽ ചായുന്നു. ഇത് നിങ്ങളെ ഉപദ്രവിക്കുന്നതിൽ നിന്ന് സംരക്ഷിക്കുന്നു. യോഗ ചെയ്യുന്നത് കാമ്പിനെ ശക്തവും ആരോഗ്യകരവും കൂടുതൽ വഴക്കമുള്ളതുമാക്കുന്നു.

പേശികളുടെ പുരോഗതി: യോഗയിലൂടെ പേശികളുടെ പ്രവർത്തനങ്ങളും മെച്ചപ്പെടുന്നു. പേശികൾ ശക്തവും കൂടുതൽ വഴക്കമുള്ളതുമാകുന്നു. പുസ്തകത്തിൽ പലപ്പോഴും എഴുതിയിരിക്കുന്നതുപോലെ, യോഗ ഒരു വ്യക്തിയെ ശാരീരികമായി മാത്രമല്ല, മാനസികമായും ശക്തനാക്കുന്നു. ഇത് ദൈനംദിന അടിസ്ഥാനത്തിൽ ആവശ്യമാണ്. പ്രത്യേകിച്ച് കായിക താരങ്ങൾ വിജയിക്കാൻ മാനസികമായി കൂടുതൽ കരുത്തുള്ളവരായിരിക്കണം. അവർ കൂടുതൽ സഹിഷ്ണുത പുലർത്തുന്നു, അവരുടെ പ്രകടനം മെച്ചപ്പെടുന്നു. അതേ സമയം, ശക്തമായ മാനസിക ഘടനയുണ്ടെങ്കിൽ പ്രതികൂല സാഹചര്യങ്ങളിലും ശരിയായ തീരുമാനങ്ങൾ എടുക്കാൻ എല്ലാവർക്കും കഴിയും.

□

അധ്യായം VIII
ഉത്കണ്ഠയും പിരിമുറുക്കവും

കോഗ്നിറ്റീവ്, സോമാറ്റിക്, സൈക്കോളജിക്കൽ പെരുമാറ്റം എന്നിവ ഉൾപ്പെടുന്ന പ്രത്യേക ഘടകങ്ങൾ ഉൾക്കൊള്ളുന്ന ഒരു സോമാറ്റിക്, സൈക്കോളജിക്കൽ അവസ്ഥയാണ് ഉത്കണ്ഠ. ഈ ഘടകങ്ങൾ പൊതുവെ ഉത്കണ്ഠ, ഭയം, ഭയം, ദുരിതം എന്നിവയുമായി ബന്ധപ്പെട്ട അസുഖകരമായ ഒരു മാനസികാവസ്ഥ ഉണ്ടാക്കുന്നു. ഉത്കണ്ഠ പൊതുവെ മനസ്സിന്റെ ഒരു ചട്ടക്കൂടാണ്, അത് അജ്ഞാത ജലധാരയിൽ നിന്ന് പുറത്തുവരുന്നു. അറിയാവുന്ന ആപത്തിൽ നിന്ന് ഉണ്ടാകുന്ന വിറയലിൽ നിന്ന് വ്യത്യസ്തമാണെന്ന് കാണാൻ കഴിഞ്ഞു. ഇതുകൂടാതെ, വിറയൽ പ്രത്യേകിച്ച് ഒഴിവാക്കാനും രക്ഷപ്പെടാനുമുള്ള പെരുമാറ്റവുമായി ബന്ധപ്പെട്ടിരിക്കുന്നു, അതേസമയം ഉത്കണ്ഠ ഒഴിവാക്കാനാവാത്തതും ഒഴിച്ചുകൂടാനാവാത്തതുമായ അപകടങ്ങളുടെ ഫലമാണ്.

"ആകുലപ്പെടുന്നത് അതിന്റെ ദുഃഖങ്ങളെ നാളെ ശൂന്യമാക്കുന്നില്ല; അത് ഇന്ന് അതിന്റെ ശക്തികളെ ശൂന്യമാക്കുന്നു.

-കോറി ടെൻ ബൂം

ഒരു ബദൽ വീക്ഷണം, "ഒരു വ്യക്തി ഭാവിയെ അഭിമുഖീകരിക്കുന്ന ഒരു മാനസികാവസ്ഥയാണ്, അതിൽ ഒരു വ്യക്തി ഭാവിയിലെ നെഗറ്റീവ് സംഭവങ്ങൾക്ക് തയ്യാറാണ്." ഭാവിയും വർത്തമാനകാല അപകടവും തമ്മിൽ ഒരു വ്യത്യാസമുണ്ടെന്ന് ഇത് എടുത്തുകാണിക്കുന്നു,

അത് ഭയവും ഉത്കണ്ഠയും വേർതിരിക്കുന്നു. പിരിമുറുക്കത്തിന്റെ സാധാരണ പ്രതികരണമായാണ് ഉത്കണ്ഠ അറിയപ്പെടുന്നത്. ഈ പ്രശ്നങ്ങളെ അഭിമുഖീകരിക്കാൻ മറ്റുള്ളവർ പ്രോത്സാഹിപ്പിക്കുന്ന ജോലിസ്ഥലത്തോ സ്കൂളിലോ, ഏത് പ്രയാസകരമായ സാഹചര്യങ്ങളെയും നേരിടാൻ ഇത് ഒരു വ്യക്തിയെ സഹായിക്കും. അമിതമായ ഉത്കണ്ഠ ഒരു വ്യക്തിക്ക് ഉത്കണ്ഠാ വൈകല്യങ്ങൾക്ക് കാരണമാകും.

നിലവിലെ ബാരൽ ലോകത്ത്, ജീവിതത്തിൽ വളരെയധികം ഉത്കണ്ഠയുണ്ട്. അതിൽ നിന്ന് മുക്തി നേടുന്നതിന്, മരുന്ന് ആശ്രയിക്കുന്നത് അനുചിതമായ ഒരു പരിഹാരമാണ്. പ്രേം കുമാർ ശർമ്മ ആശങ്കകൾ അകറ്റാൻ ചില വഴികൾ പറയുന്നുണ്ട്.

നിങ്ങൾ വിഭാവനം ചെയ്തിട്ടില്ലായിരിക്കാം, പക്ഷേ

ആശങ്കാജനകമായ സാഹചര്യങ്ങളിൽ നിങ്ങളുടെ ഹൃദയമിടിപ്പ് വേഗത്തിലാകും. ശ്വാസം ഒരു സീസോ പോലെ ആടാൻ തുടങ്ങുന്നു. അതിനാൽ, ഉത്കണ്ഠയും പ്രശ്നങ്ങളും ഉണ്ടാകുമ്പോഴെല്ലാം, നിങ്ങളുടെ ശ്വസനം

നിയന്ത്രിക്കണം. ഈ രീതിയിൽ, നിങ്ങൾ പത്ത് ദീർഘ നിശ്വാസങ്ങൾ ശ്വസിക്കുകയും ശ്വാസം വിടുകയും ചെയ്യുക. തൽഫലമായി, നിങ്ങളുടെ ഹൃദയമിടിപ്പ് ശീലമാകും, നിങ്ങൾ സമ്മർദ്ദരഹിതരാകും. നിങ്ങളുടെ ഉത്കണ്ഠ നിയന്ത്രിക്കാൻ നിങ്ങൾ ആഗ്രഹിക്കുന്നുവെങ്കിൽ, അതിന്റെ കാരണം അറിയാൻ ശ്രമിക്കുക. പേപ്പറിൽ പേന. അപ്പോൾ ചിന്തിക്കുക, ഈ പ്രശ്നത്തിന് എന്താണ് പരിഹാരം? സാധ്യമെങ്കിൽ, ഉടൻ തന്നെ നിങ്ങളുടെ കൈ അതിലേക്ക് തിരിക്കുക.

ചിലപ്പോൾ ഭയം അല്ലെങ്കിൽ വിറയൽ എന്നിവയും ഉത്കണ്ഠയ്ക്ക് കാരണമാകുന്നു, അതിനാൽ അതിൽ ആധിപത്യം സ്ഥാപിക്കാൻ ശ്രമിക്കുക. ഈ സമയത്ത്, നിങ്ങൾക്ക് സമാധാനം നൽകുന്ന കാര്യങ്ങളെക്കുറിച്ച് ചിന്തിക്കാൻ തുടങ്ങുക. ഉദാഹരണത്തിന്, സംഗീതം കേൾക്കുക, പ്രാർത്ഥിക്കുക, വ്യായാമം ചെയ്യുക, വായിക്കുക, വിശ്രമിക്കുന്ന രീതിയിൽ ഇരിക്കുക തുടങ്ങിയവ. 'വിജയം ഭയത്തിന് അതീതമാണ്' എന്ന് പറയപ്പെടുന്നു. ഇത് തികച്ചും ബാധകമാണ്.

ഏതൊരു വ്യക്തിക്കും ഉണ്ടായിരിക്കാവുന്ന ഏറ്റവും നല്ല ഗുണമാണ് ആത്മവിശ്വാസം. നിങ്ങളുടെ ആത്മവിശ്വാസം ഏറ്റവും ഉയർന്ന നിലയിലാണെങ്കിൽ, ഏത് സാഹചര്യത്തിലും നിങ്ങൾക്ക് ശാന്തത വീണ്ടെടുക്കാൻ കഴിയും.

പലപ്പോഴും, മാതൃകാപരമായിരിക്കാൻ, നാം നമ്മെത്തന്നെ ആശങ്കകളാൽ വലയം ചെയ്യുന്നു. അതിനാൽ, എല്ലാ സ്റ്റോപ്പുകളും പുറത്തെടുക്കുന്നതാണ് നല്ലത്. അതേ സമയം, നിങ്ങൾ പോസിറ്റീവ് മനോഭാവത്തോടെ പ്രവർത്തിക്കുകയാണെങ്കിൽ അത് കുറയും.

നിങ്ങളുടെ പ്രശ്നങ്ങളോട് ഒറ്റയ്ക്ക് പോരാടാൻ നിങ്ങൾക്ക് കഴിയുന്നില്ലെങ്കിൽ, നിങ്ങളുടെ പ്രശ്നങ്ങൾ മറ്റൊരാളുമായി പങ്കിടുക. ഇതിനായി, നിങ്ങൾക്ക് ഒരു ഉത്കണ്ഠ പിന്തുണാ ഗ്രൂപ്പിൽ നിന്ന് സഹായം തേടാം. ആ വ്യക്തി യഥാർത്ഥത്തിൽ നിങ്ങളുടെ

സഹാനുഭൂതിയാണെങ്കിൽ, നിങ്ങളുടെ പ്രശ്നങ്ങൾ ഉടനടി അവനോട് പറയുന്നതിലൂടെ നിങ്ങൾക്ക് ശാന്തത അനുഭവപ്പെടും.

ആകുലതകളാൽ വേലികെട്ടിയാൽ, ഈ കാലഘട്ടത്തിൽ, നാം നമ്മുടെ സ്വന്തം തോണി തുഴയുന്നു, ഇത് നമ്മുടെ ജീവിതശൈലിയെ തടസ്സപ്പെടുത്തുന്നു. പ്രശ്നങ്ങൾ അവസാനിക്കുന്നതിനുപകരം വളരുന്നു. അതിനാൽ, ഈ സമയത്ത് നിങ്ങളെത്തന്നെ പരിപാലിക്കുന്നതാണ് നല്ലത്. നല്ല ഉറക്കമുള്ള ശരിയായ ഭക്ഷണക്രമം മറ്റ് പ്രശ്നങ്ങളിൽ നിന്ന് നിങ്ങളെ സംരക്ഷിക്കും. നിങ്ങൾ ഉത്കണ്ഠയിൽ അശ്രദ്ധരായിരിക്കരുത്, പകരം ജാഗ്രത പാലിക്കുക എന്നതാണ് മുഴുവൻ ആശയവും.

ഭാവിയെക്കുറിച്ച് ചിന്തിക്കുന്നത് പ്രശ്നങ്ങളിലേക്കുള്ള ക്ഷണമാണ്. അതിനാൽ, വർത്തമാനകാലത്ത് ജീവിക്കുക, അത് മികച്ചതാക്കാൻ ശ്രമിക്കുക. അതുകൊണ്ടാണ് പല പിന്തുണാ ഗ്രൂപ്പുകൾക്കും അവരുടെ മുദ്രാവാക്യം "ഒരു സമയത്ത് ഒരു ദിവസം" എന്നുള്ളത്. ഓരോ പുതിയ ദിവസവും നമ്മെ വളരെയധികം പുതിയ കാര്യങ്ങൾ പഠിപ്പിക്കുകയും നമ്മുടെ പ്രശ്നങ്ങളോട് പോരാടാൻ പഠിപ്പിക്കുകയും ചെയ്യുന്നു.

ഒരു വ്യക്തി പ്രശ്നങ്ങളും ഉത്കണ്ഠയും കൊണ്ട് വേലികെട്ടുമ്പോൾ, അവന്റെ ക്ഷേമം തകരുന്നത് തികച്ചും സ്വാഭാവികമാണ്. ഈ അവസ്ഥയിൽ നിന്ന് സ്വയം മറഞ്ഞാൽ, ഭാവിയിലെ പ്രശ്നങ്ങളിൽ നിന്ന് നിങ്ങൾ സ്വതന്ത്രരാകും. അതിനാൽ, സമ്മർദ്ദം ഒഴിവാക്കുന്നതിന്, നിങ്ങൾ സ്വയം ചുറുചുറുക്കോടെയും ജോലിയിൽ മുഴുകിയിരിക്കുകയും വേണം. നിങ്ങളുടെ ആശങ്കകൾ നിങ്ങളുടെ ദിനചര്യയെ ബാധിക്കരുത് എന്നാണ് ഇതിനർത്ഥം. ഇത് നിങ്ങളുടെ മനസ്സിനെ സജീവമാക്കുകയും ഉടൻ തന്നെ നിങ്ങളുടെ പ്രശ്നങ്ങൾക്ക് പരിഹാരം കാണുകയും ചെയ്യും.

ചിലപ്പോൾ നിങ്ങളുടെ ദിനചര്യ തന്നെ നിങ്ങളുടെ ആശങ്കകൾക്ക് കാരണമാകും. അതിനാൽ, അതിൽ

ചെറിയ മാറ്റങ്ങൾ നിങ്ങൾക്ക് പ്രയോജനകരമായിരിക്കും, നിങ്ങളുടെ പ്രധാനപ്പെട്ട ജോലിയിൽ അതിന്റെ സ്വാധീനം ഒഴിവാക്കുക.

നിങ്ങൾ എല്ലാ സാങ്കേതിക വിദ്യകളും സ്വീകരിച്ചിട്ടുണ്ടെങ്കിലും, അവ നിങ്ങൾക്ക് പ്രയോജനം ചെയ്യുന്നില്ലെങ്കിൽ, നിങ്ങൾ വിഷമിക്കാൻ നിർബന്ധിതരാണെങ്കിൽ, നിങ്ങൾക്ക് വൈദ്യസഹായം തേടാം. എന്നാൽ മരുന്നിനുപകരം, ചില തെറാപ്പി അല്ലെങ്കിൽ ധ്യാനവും ഗുണം ചെയ്യും. നിങ്ങൾക്കുള്ള ഒരു മുദ്രാവാക്യം "ഉപേക്ഷിക്കരുത്" എന്നതായിരിക്കണം.

പ്രശ്നത്തെ അഭിമുഖീകരിക്കുകയും അവരോട് പോരാടുകയും ചെയ്യുക, അപ്പോൾ മാത്രമേ നിങ്ങളുടെ ജീവിതം സമാധാനപൂർണമാകൂ.

"നമ്മുടെ ഏറ്റവും വലിയ ബലഹീനത ഉപേക്ഷിക്കുന്നതിലാണ്. വിജയിക്കുന്നതിനുള്ള ഏറ്റവും കൃത്യമായ മാർഗം എല്ലായ്പ്പോഴും ഒരു തവണ കൂടി ശ്രമിക്കുക എന്നതാണ്."

-തോമസ് എഡിസൺ

നിർമ്മാണ പ്രവർത്തനങ്ങളിൽ മുഴുകുക

ഒരാൾക്ക് അവരുടെ ജീവിതം ക്രിയാത്മകമാക്കാൻ കഴിയുമെങ്കിൽ, അവർക്ക് അവരുടെ ആശങ്കകളെ ഒരു

പരിധി വരെ ഇല്ലാതാക്കാൻ കഴിയുമെന്ന് ഫോർട്ടിസ് എസ്കോർട്ട്സ് ഇൻസ്റ്റിറ്റ്യൂട്ട് ആൻഡ് റിസർച്ച് സെന്ററിലെ മുതിർന്ന ക്ലിനിക്കൽ സൈക്കോളജിസ്റ്റ് ഡോ.ഭാവ്ന ബാർമി

പറയുന്നു. നിങ്ങളുടെ ജീവിതശൈലിയിൽ നല്ല വശങ്ങളിൽ ഊന്നൽ നൽകുക, നിഷേധാത്മകത പൂർണ്ണമായും മറക്കുക. ജീവിതം പോസിറ്റീവ് ആണെങ്കിൽ, ഉത്കണ്ഠ കുറയും. വ്യായാമം ചെയ്യുന്നതിലൂടെ നിങ്ങളുടെ ആശങ്കകൾ കുറയ്ക്കാം.

അതോടൊപ്പം, കൃത്യസമയത്ത് ദൈനംദിന, നിയന്ത്രിത ഭക്ഷണം കഴിക്കുന്നത് ശരിയായിരിക്കും. സമീകൃതാഹാരം കഴിക്കാൻ ശ്രമിക്കുക, ദിവസത്തിൽ മൂന്ന് തവണ ഭക്ഷണം കഴിക്കുക, രണ്ട് ലഘുഭക്ഷണങ്ങൾ ഉൾപ്പെടെ. നമ്മുടെ ശരീരത്തെ ആരോഗ്യകരമാക്കുന്നതിൽ ഭക്ഷണം നിർണായക പങ്ക് വഹിക്കുന്നു. അതിനാൽ, നമ്മുടെ

ഭക്ഷണം പോഷകസമൃദ്ധവും ജങ്ക് ഫുഡ് ഇല്ലാത്തതുമാണെന്ന് ഉറപ്പാക്കേണ്ടതുണ്ട്. ജങ്ക് ഫുഡ് കേടാകുന്നതുപോലെ

നമ്മുടെ ദഹനവ്യവസ്ഥ അങ്ങനെ നമ്മെ പൊണ്ണത്തടി ആക്കുന്നു. അതുകൊണ്ടാണ് ദിവസവും വ്യായാമം ചെയ്യേണ്ടത്.

അതോടൊപ്പം ആവശ്യത്തിന് വെള്ളം കുടിക്കുന്നതും ആശങ്കകളെ മാറ്റിനിർത്തുന്നു. ഒരു ഗ്ലാസ് വെള്ളത്തിൽ നിങ്ങളുടെ ദിവസം ആരംഭിക്കുകയാണെങ്കിൽ, അത് മികച്ചതായിരിക്കും.

നിങ്ങളുടെ വേവലാതികൾ ഇല്ലാതാക്കാൻ നിങ്ങളുടെ ഹോബിയും ഒരു ബദലായി മാറ്റാം. നിങ്ങൾ പുസ്തക വായന, കളിക്കൽ, സംഗീതം കേൾക്കൽ അല്ലെങ്കിൽ മറ്റ് ഹോബികൾ എന്നിവ ആസ്വദിക്കുകയാണെങ്കിൽ, ഏത് ആശങ്കാജനകമായ സമയത്തും നിങ്ങൾക്ക് നിങ്ങളുടെ ആശങ്കകൾ ഇല്ലാതാക്കാം. അല്ലെങ്കിൽ, നിങ്ങളെ ടെൻഷൻ ഫ്രീ ആക്കുന്നതിന് നിങ്ങളുടെ മനസ്സിലുള്ളതെന്തും ചർച്ച ചെയ്യാൻ നിങ്ങളുടെ കുടുംബവുമായി മുഖാമുഖം സംസാരിക്കാം. നിങ്ങളുടെ ശ്രദ്ധ പുതിയ പ്രോജക്ടുകളിൽ ആയിരിക്കും, അത് നിങ്ങൾക്ക് വിശ്രമം നൽകും.

ആകുലതകൾ ഇല്ലാതാക്കുന്നതിനുള്ള ലളിതവും എന്നാൽ ഫലപ്രദവുമായ ഒരു സാങ്കേതികത കൂടിയാണ് ആഴത്തിലുള്ള ശ്വസനം. നിങ്ങൾ സമ്മർദ്ദത്തിലോ മാനസിക പിരിമുറുക്കത്തിലോ ആയിരിക്കുമ്പോൾ, ദീർഘമായി ശ്വാസം എടുക്കുക. ആദ്യം, ദീർഘമായി ശ്വസിക്കുക, പിടിച്ച് ശ്വാസം വിടുക. ഇത് എളുപ്പത്തിൽ ആവർത്തിക്കുക.

ധ്യാനത്തോടൊപ്പം സ്ട്രെസ് ഫ്രീ

ഒരു മോശം സംഭവത്തിന്റെ അജ്ഞാത ഭയത്തിനും അപകടത്തിനും നടുവിൽ നിങ്ങൾ സ്വയം കണ്ടെത്തിയിട്ടുണ്ടോ?

ഒരിക്കൽ ഇത് പരീക്ഷിക്കുക. നിങ്ങൾക്ക് കഴിയുന്നത്ര

മുഷ്ടി മുറുക്കുക. ഇപ്പോൾ നിങ്ങളുടെ മുഷ്ടി തുറക്കുക. എന്തായിരുന്നു എളുപ്പം? മുഷ്ടി മുറുക്കണോ അതോ തുറക്കണോ? ലളിതമാണ്, തുറക്കുന്നത് വളരെ എളുപ്പവും വിശ്രമവുമാണ്. എന്നാൽ ഭൂരിഭാഗം ആളുകളും അവരുടെ ഭയവും പ്രശ്നങ്ങളും ശക്തമാക്കുന്നു.

നാമെല്ലാവരും നമ്മുടെ ആശങ്കകൾ ഉപേക്ഷിക്കാൻ ആഗ്രഹിക്കുന്നു. പക്ഷേ, ആകുലതകൾ കൊണ്ട് ഒരു പ്രയോജനവുമില്ലാത്ത ഒരു അവസ്ഥയിൽ നാം നമ്മെത്തന്നെ ഒതുക്കാൻ എത്രമാത്രം ശ്രമിക്കുന്നു? അവരിൽ നിന്ന് അകന്നു നിൽക്കാൻ നമുക്ക് കഴിയില്ല. എന്താണ് ചെയ്യേണ്ടതെന്ന് ഞങ്ങൾക്കറിയില്ല, അതിനാൽ ഇക്കിഗായിയിലൂടെ, ഞങ്ങളുടെ ആശങ്കകൾ ഇല്ലാതാക്കുന്നതിനുള്ള ജനപ്രിയമല്ലാത്തതും എന്നാൽ ഫലപ്രദവുമായ ചില സാങ്കേതിക വിദ്യകളെക്കുറിച്ച് ഞങ്ങൾ ചർച്ച ചെയ്തു.

ധ്യാനം: ഉത്കണ്ഠയും പിരിമുറുക്കവും കുറയ്ക്കുന്നു

ആകുലതകളിൽ നിന്ന് മുക്തി നേടാനുള്ള ധ്യാനത്തെക്കുറിച്ച് നിങ്ങൾ എപ്പോഴെങ്കിലും ചിന്തിച്ചിട്ടുണ്ടോ? ജോലി സമ്മർദ്ദം, ബലഹീനത, പട്ടിണി, മോശം ഉറക്ക ശീലങ്ങൾ, വൈകാരിക സമ്മർദ്ദം, ശബ്ദത്തോടുള്ള ഹൈപ്പർസെൻസിറ്റിവിറ്റി, വ്യത്യസ്ത ഭയം തുടങ്ങി നിരവധി കാരണങ്ങളാൽ അവ സംഭവിക്കാം. ചിലപ്പോൾ, എല്ലാം വേഗത്തിൽ നേടാനുള്ള സമ്മർദ്ദം ഉണ്ടാകാം. കാരണം എന്തുതന്നെയായാലും, ചിന്തകളിൽ നിന്ന് മുക്തി നേടാനുള്ള ഏറ്റവും നല്ല മാർഗമാണ് ധ്യാനം.

നിങ്ങൾ ധ്യാനിക്കുമ്പോൾ, നിങ്ങളുടെ വിഷമിച്ച ഹൃദയത്തിന് നിങ്ങൾ വിശ്രമം നൽകുന്നു. ടെൻഷൻ നിങ്ങളുടെ ആന്തരിക ടെൻഷൻ ഹോർമോണുകളെ സജീവമാക്കുന്നു, ഇത് നിങ്ങളെ ആശങ്കാകുലരാക്കുന്നു. പതിവ് ധ്യാനം ഈ ആന്തരിക ഹോർമോൺ കുറയ്ക്കുന്നു, അതിനാൽ നിങ്ങൾക്ക് സുഖം തോന്നുന്നു. ധ്യാനത്തിന് ശേഷം നിങ്ങൾക്ക് എന്താണ് നഷ്ടപ്പെടുന്നത്? - പിരിമുറുക്കങ്ങൾ മാത്രം. എന്നാൽ ഇത് പതിവായി ചെയ്യാൻ നിങ്ങൾ ശ്രദ്ധിക്കണം. ദിവസേനയുള്ള ധ്യാനത്തിലൂടെ, ഉള്ളിൽ

നിന്നുള്ള വിശ്വാസത്തിന്റെയും സ്വാതന്ത്ര്യത്തിന്റെയും വർദ്ധിച്ചുവരുന്ന വികാരം നിങ്ങൾക്ക് അനുഭവപ്പെടും. അതിനാൽ, ശ്രമിച്ചുനോക്കൂ. പിരിമുറുക്കത്തിൽ നിന്ന് മുക്തമാകാൻ നിങ്ങൾ തിരയുന്ന പ്രതിവിധി ധ്യാനത്തിൽ കണ്ടെത്താനാകും.

"ചിന്തകളിൽ നിന്നും വികാരങ്ങളിൽ നിന്നും മുക്തി നേടുക എന്നതല്ല ധ്യാനത്തിന്റെ ലക്ഷ്യം. നിങ്ങളുടെ ചിന്തകളെയും വികാരങ്ങളെയും കുറിച്ച് കൂടുതൽ ബോധവാന്മാരാകുകയും അവയിലൂടെ കടന്നുപോകാതെ എങ്ങനെ സഞ്ചരിക്കാമെന്ന് പഠിക്കുകയും ചെയ്യുക എന്നതാണ് ലക്ഷ്യം.

-ഡോ. പി. ഗോൾഡിൻ

ധ്യാനവും യോഗയും

1. നല്ല ഉറക്കം: രാത്രിയിൽ ഉറങ്ങുന്നതിൽ നിങ്ങൾക്ക് പ്രശ്നമുണ്ടെങ്കിൽ, നല്ല ഉറക്കത്തിനായി ഒരുതരം ധ്യാനമുണ്ട്, ഇത് മരുന്നില്ലാതെ ഉറങ്ങാൻ നിങ്ങളെ സഹായിക്കും.

2. ഉത്സാഹം ആശങ്കകളെ മറികടക്കാൻ സഹായിക്കുന്നു:കുട്ടിക്കാലത്ത് നിങ്ങളുടെ ഉറ്റ ചങ്ങാതിയുടെ ജന്മദിന പാർട്ടിക്ക് പോയത് നിങ്ങൾ ഓർക്കുന്നുണ്ടോ? ഉത്സാഹവും ആവേശവും നിറഞ്ഞ സന്തുഷ്ടരായ ആളുകൾക്കിടയിൽ എന്തൊരു രസമായിരുന്നു? നിനക്കിത് വളരെ ഇഷ്ടമായിരുന്നു, അവിടെ നിന്ന് ഒരിക്കലും തിരിച്ചുവരാൻ നിങ്ങൾ ആഗ്രഹിച്ചില്ല. പിരിമുറുക്കമില്ലാത്ത നിമിഷങ്ങളായിരുന്നു അത്. എല്ലാത്തിനുമുപരി, വിഷമിക്കാനും ഉത്സാഹത്തോടെ ആഘോഷിക്കാനും നിങ്ങൾക്ക് രണ്ടും ഒരുമിച്ച് ചെയ്യാൻ കഴിയില്ല.

നമ്മൾ ഒരുമിച്ചു ചേർന്ന് എന്തെങ്കിലും ചെയ്യാൻ ശ്രമിക്കുമ്പോൾ നമുക്ക് ഉത്സാഹമുണ്ടാകുമെന്ന് മനസ്സിലാക്കാൻ വളരെ എളുപ്പമാണ്.

നമുക്ക് ഉള്ളിൽ ഊർജ്ജം ലഭിക്കുന്നു, അത് ഊർജ്ജത്തിന്റെ അഭാവം മൂലം ഉണ്ടാകുന്ന എല്ലാ ആശങ്കകളും ഇല്ലാതാക്കുന്നു.

ആശങ്കകൾ അകറ്റാൻ ലളിതവും പ്രകൃതിദത്തവുമായ മാർഗ്ഗമാണിത്.

ഗുരുദേവൻ ശ്രീ ശ്രീ പറയുന്നു, "ജീവിതം സ്നേഹമാണ്. ജീവിതം ഒരു ആനന്ദമാണ്. ജീവിതം ഒരു ആവേശമാണ്. " ധ്യാനം പതിവായി പരിശീലിക്കുന്നതിലൂടെ നിങ്ങളുടെ മനസ്സ് ശാന്തമാകും. ജീവിതം ഒരു ഉത്സവമാണെന്ന് നിങ്ങൾക്ക് തോന്നുന്നു, അത് സ്നേഹവും ആനന്ദവും ആവേശവും നിറഞ്ഞതാണ്.

നിങ്ങളുടെ ഉത്കണ്ഠയുടെ കാരണം അസന്തുലിത ഹോർമോണുകളായിരിക്കാം. അതിനാൽ, ഒരു ഡോക്ടറെ സമീപിക്കുക അല്ലെങ്കിൽ പ്രകൃതിദത്തമായ ചില

മരുന്നുകൾ തേടുക.

3. ഫുഡ് കൗൺസിലിംഗ്: നിങ്ങളുടെ ഭക്ഷണത്തിൽ ശ്രദ്ധ കേന്ദ്രീകരിക്കേണ്ടത് വളരെ പ്രധാനമാണ്. കൂടുതലും പുതിയതും ആരോഗ്യകരവുമായ സസ്യാഹാരം കഴിക്കുക. ധാരാളം വെള്ളം കുടിക്കുക. വിശപ്പ് തോന്നുമ്പോൾ മാത്രം കഴിക്കുക. ദിവസേനയുള്ള ധ്യാനത്തോടൊപ്പം ശരീരവും മനസ്സും ഫിറ്റ് ആപ്പിൽ നിലനിർത്താൻ ദിവസവും കുറഞ്ഞത് 20 മിനിറ്റെങ്കിലും യോഗ ചെയ്യുക. ഒഴിഞ്ഞ വയറ്റിൽ ധ്യാനം ചെയ്യുന്നത് ഗുണം ചെയ്യും.

4. നിങ്ങളുടെ ആശങ്കകൾ വികസിപ്പിക്കുക: നിങ്ങൾ ബന്ധങ്ങളിൽ കുടുങ്ങിയിട്ടുണ്ടോ? അതോ വരുമാനം വർധിക്കാത്തതിൽ ടെൻഷനാണോ? നിങ്ങളുടെ എതിരാളികൾ നിങ്ങളെ പിന്നിലാക്കുന്നുണ്ടോ? ഗുരുദേവൻ ശ്രീ ശ്രീ പറയുന്നു, "നമുക്കുവേണ്ടി മാത്രമല്ല, ലോകത്തെ മുഴുവനും നാം വിഷമിക്കണം." വിഷമിക്കേണ്ടത് മനുഷ്യനാണ്. അതിനാൽ, കൂടുതൽ ആളുകളുടെ ക്ഷേമത്തിനായി എന്തുകൊണ്ട് വിഷമിക്കരുത്? വാസ്തവത്തിൽ, വിഷമിക്കുന്നതുകൊണ്ട് ഒരു ക്ഷേമവും ഉണ്ടാകില്ല, എന്നാൽ അതെ, എന്തെങ്കിലും ചെയ്യുന്നത് ചില മാറ്റങ്ങൾ വരുത്തിയേക്കാം. ചില ജോലികൾ ചെയ്യുന്നത് നിങ്ങളെ ആശങ്കയ്ക്കപ്പുറത്തേക്ക് കൊണ്ടുപോകുന്നു. നിങ്ങൾ വിശാലമായ എക്സ്പോഷർ കാണുമ്പോൾ ഞങ്ങളുടെ ആശങ്കകൾ ചെറുതായി തോന്നുന്നു.

ഈ ചിന്ത അതിൽത്തന്നെ ഒരു അനുഗ്രഹമാണ്. കൂടാതെ, ടെൻഷൻ ഒഴിവാക്കാനുള്ള ലളിതമായ മാർഗ്ഗമാണിത്.

നിസ്വാർത്ഥ സേവനം നിങ്ങളെ ടെൻഷൻ ഫ്രീ ആക്കുന്നത് എങ്ങനെയെന്ന് അറിയാൻ നിങ്ങൾ ആഗ്രഹിക്കുന്നുണ്ടോ? നിങ്ങളെപ്പോലെ ജീവിതം ആസ്വദിക്കാൻ കഴിയാത്ത ഭാഗ്യവാന്മാർ കുറവാണ്. അതിനാൽ, നിങ്ങൾ എടുക്കുന്ന ചെറിയ ചുവടുവെപ്പ് അവരുടെ ജീവിതത്തിൽ വലിയ മാറ്റങ്ങൾ കൊണ്ടുവരും. ഒരാളുടെ സന്തോഷത്തിന് കാരണം നിങ്ങളാണെന്ന് അറിയുന്നത് അങ്ങേയറ്റം ആനന്ദങ്ങൾ കൊണ്ട് നിറയ്ക്കുന്നു. നിഷേധാത്മകതയിൽ നിന്ന്

അകന്നുനിൽക്കാൻ ഈ ഉത്സാഹം നിങ്ങളെ സഹായിക്കുന്നു. ദരിദ്രരായ ചില കുട്ടികളെ പഠിപ്പിക്കുക, അല്ലെങ്കിൽ ദരിദ്രർക്ക് മരുന്ന് നൽകുക എന്നിവ നിങ്ങൾ ചെയ്യുന്ന ചില ചെറിയ പ്രവൃത്തികളാണ്, അത് അവരുടെ ജീവിതത്തിൽ വലിയ മാറ്റങ്ങൾ കൊണ്ടുവരും.

സേവനത്തിന് ശേഷം ധ്യാനം ചെയ്യുക, അല്ലെങ്കിൽ നിങ്ങൾക്ക് ക്ഷീണം തോന്നും. സേവനത്തിനു ശേഷം ചെയ്യുന്ന ധ്യാനം ആഴത്തിലുള്ള അനുഭവങ്ങൾ നൽകുന്നു.

വിറയലിൽ നിന്നും ഉത്കണ്ഠയിൽ നിന്നും തൽക്ഷണ ആശ്വാസത്തിനുള്ള പ്രതിവിധി

ഭയത്തിൽ നിന്നും ഉത്കണ്ഠയിൽ നിന്നും തൽക്ഷണ ആശ്വാസം ലഭിക്കാൻ ധ്യാനം ചെയ്യുക. നിങ്ങൾക്കത് എവിടെയും ചെയ്യാം. യോഗ സ്ഥിരമായി പരിശീലിക്കുന്നതിലൂടെ, ഭയത്തിൽ നിന്നും ഉത്കണ്ഠയിൽ നിന്നും നിങ്ങൾക്ക് നേരത്തെ ആശ്വാസം ലഭിക്കും. നിങ്ങൾ ഇന്ന് എന്തെങ്കിലും ധ്യാനം നടത്തിയിട്ടുണ്ടോ? ഇല്ലെങ്കിൽ, ഇപ്പോൾ ചെയ്യുക. സഹജ് യോഗയെക്കുറിച്ച് കൂടുതലറിയുകയും അത് പതിവായി പരിശീലിക്കുകയും ചെയ്യുക.

സമ്മർദ്ദം- ഒരു മാനസികാവസ്ഥ: യഥാർത്ഥത്തിൽ, സമ്മർദ്ദം എന്നത് നമ്മുടെ മനസ്സ് സങ്കൽപ്പിക്കുന്ന സംഭവങ്ങളിൽ നിന്ന് ജനിക്കുന്ന ഒരു മാനസികാവസ്ഥയല്ലാതെ മറ്റൊന്നുമല്ല. മനസ്സിലെ അന്യായമായ സമ്മർദ്ദം പിരിമുറുക്കത്തിനും ഉത്കണ്ഠയ്ക്കും അസ്വസ്ഥതയ്ക്കും സാഹചര്യങ്ങൾ സൃഷ്ടിക്കുന്നു. ചില പ്രത്യേക സാഹചര്യങ്ങളെ നേരിടാൻ നമ്മൾ തയ്യാറായില്ലെങ്കിൽ പിന്നെയും നമുക്ക് ടെൻഷൻ അനുഭവപ്പെടും. ചില പ്രത്യേക പ്രശ്നങ്ങളുടെ മുൻകാല അനുഭവങ്ങളും സമ്മർദ്ദത്തിന് കാരണമാകുന്നു.

ചില പ്രശ്നങ്ങൾ കാരണം നേരത്തെ ടെൻഷനുകൾ ഉണ്ടായിരുന്നെങ്കിൽ, അതേ പ്രശ്നങ്ങൾ അഭിമുഖീകരിക്കുന്നതിലൂടെ, നമ്മൾ വീണ്ടും ടെൻഷൻ ചെയ്യും. ക്രമേണ, പിരിമുറുക്കവും ആശങ്കയും തുടരുന്നത് നമ്മുടെ ശീലമായി മാറുന്നു. അതിനാൽ, ജീവിതത്തിൽ

പിരിമുറുക്കത്തിന് വ്യത്യസ്ത കാരണങ്ങളുണ്ട്, ഈ കാരണങ്ങൾ കാലത്തിനും വ്യക്തിക്കും അനുസരിച്ച് മാറിക്കൊണ്ടിരിക്കും. നമ്മൾ പിരിമുറുക്കത്തിന്റെ ഇരകളാണെങ്കിൽ അത് അകറ്റാൻ നമുക്ക് എന്തുചെയ്യാനാകുമെന്ന് നമുക്ക് കണ്ടെത്താം. നമുക്കറിയാവുന്നതുപോലെ, ടെൻഷൻ ഒരു മാനസികാവസ്ഥയാണ്. അപ്പോൾ, എങ്ങനെയാണ് നമ്മുടെ മനസ്സിനെ പിരിമുറുക്കമില്ലാതെ നിലനിർത്തുന്നത്?

ഈ വിഷയത്തിൽ അടിയന്തര ശ്രദ്ധ ചെലുത്തേണ്ടതുണ്ട്.

ടെൻഷന്റെ കാരണങ്ങൾ കണ്ടുപിടിക്കുക

നിങ്ങളുടെ പിരിമുറുക്കത്തിന്റെ കാരണങ്ങൾ കണ്ടെത്തുന്നതിൽ നിങ്ങൾ വിജയിച്ചുകഴിഞ്ഞാൽ, നിങ്ങൾക്ക് അത് മികച്ച രീതിയിൽ കൈകാര്യം ചെയ്യാൻ കഴിയും. പിരിമുറുക്കത്തിന്റെ കാരണം ഏതെങ്കിലും പ്രത്യേക വ്യക്തിയോ സംഭവമോ ആകാം. നിങ്ങളുടെ പിരിമുറുക്കത്തിന് പരിഹാരം കണ്ടെത്താൻ, നിങ്ങൾ നൂതനമായ രീതികൾ അവലംബിക്കേണ്ടതുണ്ട്. ഈ ചെറിയ ഘട്ടങ്ങൾ പാലിക്കുന്നതിലൂടെ നിങ്ങൾ സമ്മർദ്ദരഹിതനാകാൻ സാധ്യതയുണ്ട്.

അവഗണിക്കേണ്ട യജമാനൻ: ചില കാര്യങ്ങളുമായുള്ള നമ്മുടെ വൈകാരിക അടുപ്പം വളരെയധികം വർദ്ധിക്കുകയും ഞങ്ങൾ പിരിമുറുക്കത്തിലാവുകയും ചെയ്യുന്നു. നിങ്ങൾ എല്ലായ്പ്പോഴും ശരിയാണെന്നത് ആവശ്യമില്ലെന്ന് നിങ്ങൾ ഓർക്കണം. ഓരോരുത്തർക്കും അവരവരുടെ അഭിപ്രായങ്ങൾ നിലനിർത്താൻ അവകാശമുണ്ട്, ആരോടും തർക്കിക്കേണ്ട ആവശ്യമില്ല.

നിങ്ങളുടെ അഭിപ്രായങ്ങളേക്കാൾ പക്ഷപാതപരമായ ചിന്തകൾ കാരണം വ്യക്തി പ്രത്യേക സാഹചര്യങ്ങളെ വ്യത്യസ്തമായി വീക്ഷിക്കുന്നുണ്ടെന്ന് മനസ്സിലാക്കുക. ഇത് വിശകലനം ചെയ്യുന്നതിലൂടെ, നിങ്ങൾക്ക് പിരിമുറുക്കമുള്ള സാഹചര്യങ്ങളിൽ നിന്ന് എളുപ്പത്തിൽ പുറത്തുകടക്കാൻ കഴിയും. ചില പ്രത്യേക ലക്ഷ്യം നേടുന്നതിന് വിവിധ

മാർഗങ്ങളുണ്ടാകാം, അതിനാൽ നിങ്ങളുടേതിനൊപ്പം മറ്റ് വഴികളെക്കുറിച്ചും ചിന്തിക്കുക. ഒപ്പം മികച്ച പരിഹാരം തിരഞ്ഞെടുക്കാൻ ശ്രമിക്കുക.

ഈ നിമിഷത്തിൽ ശ്രദ്ധ കേന്ദ്രീകരിക്കുക: ഒന്നും ശാശ്വതമായി നിലനിൽക്കില്ല. ഇവിടെയുള്ളവൻ നാളെ മറ്റെവിടെയെങ്കിലും ആകാം. അതിനാൽ, ടെൻഷനുകൾ ഒഴിവാക്കാൻ ശ്രമിക്കുക. പിരിമുറുക്കത്തിന് പകരം പ്രശ്നങ്ങളിൽ അവസരങ്ങൾ തേടുക. പ്രതികൂല സാഹചര്യങ്ങളെ അനുകൂല സാഹചര്യങ്ങളാക്കി മാറ്റാനുള്ള വികസിത കല ഭാവിയിൽ നിങ്ങൾക്ക് ഗുണം ചെയ്യും.

ഓർക്കുക, നിങ്ങളുടെ ടെൻഷൻ നിങ്ങളെ ബാധിക്കും, എന്നാൽ സമ്മർദ്ദം ഉണ്ടാക്കുന്ന സാഹചര്യങ്ങൾ കാലത്തിനനുസരിച്ച് മാറും. ഒരു ചെറിയ സമയ സാഹചര്യം അനാവശ്യമായ പിരിമുറുക്കത്തിന് കാരണമായേക്കാം, അത് നിങ്ങളെ ദീർഘകാലത്തേക്ക് ശാരീരികവും മാനസികവും വൈകാരികവുമായ സ്വാധീനം ചെലുത്തും.

ശുഭാപ്തിവിശ്വാസമുള്ളവരായിരിക്കുക: പലപ്പോഴും, ഏറ്റവും മോശമായത് സങ്കൽപ്പിക്കാൻ നാം പിരിമുറുക്കുന്നു. മോശം സാഹചര്യങ്ങൾ വഷളാകേണ്ട ആവശ്യമില്ലെങ്കിലും, ഭാവിയിൽ മോശമായ ഒന്നും സംഭവിക്കാതിരിക്കാനുള്ള സാധ്യതയുണ്ട്. ഓരോ ജീവനും സ്വയം പ്രവചനം ഉണ്ടെന്ന് പറയപ്പെടുന്നു, അതിനാൽ പോസിറ്റീവായി ചിന്തിക്കുക. നല്ലതും നല്ലതും വിചാരിച്ചാൽ വരും.

ലോകത്തിലും സ്വയത്തിലും ശ്രദ്ധ കേന്ദ്രീകരിക്കുക: നിങ്ങളുടെ ജീവിതത്തിലും അതിന്റെ പ്രശ്നങ്ങളിലും നിങ്ങൾ എപ്പോഴും ശ്രദ്ധ കേന്ദ്രീകരിക്കുകയാണെങ്കിൽ, തീർച്ചയായും നിങ്ങൾ സമ്മർദ്ദത്തിലാകും. അതിനാൽ, നിങ്ങളുടെ പ്രശ്നങ്ങളുടെ വലയിൽ നിന്ന് പുറത്തുകടന്ന് ലോകമെമ്പാടും നോക്കുക. മറ്റുള്ളവരെയും അവരുടെ ജീവിത വശങ്ങളെയും വിലമതിക്കുക. നിങ്ങളുടെ പ്രശ്നങ്ങളെച്ചൊല്ലി നിങ്ങൾ കരഞ്ഞുകൊണ്ടിരിക്കുകയാണെങ്കിൽ, അവ ഭീമാകാരമായി മാറും.

അതിനാൽ, നിങ്ങളുടെ പ്രശ്നങ്ങളിൽ നിന്ന് നിങ്ങളുടെ മനസ്സിനെ വ്യതിചലിപ്പിക്കുകയും മറ്റുള്ളവരുടെ പ്രശ്നങ്ങൾ അന്വേഷിക്കുകയും അവ പരിഹരിക്കാൻ ശ്രമിക്കുകയും ചെയ്യേണ്ടത് പ്രധാനമാണ്. മറ്റുള്ളവരുടെ പ്രശ്നങ്ങൾ പരിഹരിക്കാനുള്ള ശ്രമം നിങ്ങളെ സമയത്തിനനുസരിച്ച് കൂടുതൽ സഹിഷ്ണുതയുള്ളവരാക്കും. മറ്റുള്ളവരെ സന്തോഷിപ്പിക്കാൻ നിങ്ങളുടെ ജീവിതം സമർപ്പിക്കാനും നിങ്ങൾക്ക് കഴിയും. അവസാനം, നിങ്ങൾ ഏത് ജോലി ചെയ്താലും, നിങ്ങളുടെ ചിന്തകൾ റിലേ ചെയ്യുക, അതിനനുസരിച്ച് നിങ്ങൾക്ക് ഫലം ലഭിക്കും.

തടസ്സമില്ലാത്തത്: കോപമാണ് നിങ്ങളുടെ ഏറ്റവും വലിയ ശത്രു. ഇത് എപ്പോൾ വേണമെങ്കിലും എളുപ്പത്തിൽ പൊട്ടിത്തെറിച്ചേക്കാം, അത് അക്രമാസക്തമായാൽ, സമാധാനിപ്പിക്കാൻ പ്രയാസമാണ്. കോപം ശമിച്ചാൽ പശ്ചാത്താപമല്ലാതെ മറ്റൊന്നും ബാക്കിയില്ലെന്ന് നാം ഓർക്കണം. ഒഴിച്ച പാലിന്റെ പേരിൽ കരഞ്ഞിട്ട് കാര്യമില്ലെന്ന് നന്നായി പറഞ്ഞു. ഒഴുകിയ പാൽ തിരികെ ലഭിക്കുമോ? മിക്കവാറും, പെട്ടെന്നുള്ള ആരോഗ്യപ്രശ്നങ്ങൾക്ക് കാരണം കോപമാണ്. കോപം നിമിത്തം നമുക്ക് ദീർഘകാലമായി വിട്ടുമാറാത്ത രോഗങ്ങൾ ഉണ്ടാകാം.

സ്വയം അല്ലെങ്കിൽ മറ്റുള്ളവരെ ചൂടാക്കുന്നത് നെഗറ്റീവ് ഫലങ്ങൾ മാത്രമേ നൽകൂ. കോപം കാരണം, ബന്ധങ്ങളിൽ പിരിമുറുക്കം ഉണ്ടാകുന്നു, ചിലപ്പോൾ വേർപിരിയലുകൾക്ക് കാരണമാകുന്നു. കോപത്തിൽ നിന്ന് അകന്നുനിൽക്കാനും പ്രശ്നത്തിന് പരിഹാരം കണ്ടെത്താനും നിങ്ങളുടെ മനസ്സിനെ തണുപ്പിക്കുക. പരിഹാരങ്ങളില്ലാത്ത സാഹചര്യങ്ങളൊന്നുമില്ല. ജീവിത സാഹചര്യങ്ങളും അഭിപ്രായ വ്യത്യാസങ്ങളും വിശകലനം ചെയ്യുക. നിങ്ങളുടെ ജീവിതത്തിന്റെ പ്രത്യേകതകളും സാഹചര്യങ്ങളും അംഗീകരിക്കുക.

ഒരു 'ടെൻഷൻ വിവരണം' എഴുതാൻ തുടങ്ങുക: പ്രശ്നങ്ങൾ തിരിച്ചറിയാനും പരിഹരിക്കാനും സമ്മർദ്ദ

വിവരണങ്ങൾ നിങ്ങളെ സഹായിക്കും. നിങ്ങൾക്ക് ടെൻഷൻ തോന്നുമ്പോഴെല്ലാം, നിങ്ങൾക്ക് എങ്ങനെ തോന്നുന്നു എന്നതിന്റെ വിവരണം എഴുതുക. സ്ട്രെസ് പാറ്റേണുകളുടെയും മറ്റ് പൊതു ആശയങ്ങളുടെയും ആശയം ദൈനംദിന എഴുത്തിലൂടെ നിങ്ങൾക്ക് ലഭിക്കും. ഇവയെ ഇനിപ്പറയുന്ന രീതിയിൽ വിവരിക്കുക:

- പിരിമുറുക്കത്തിന്റെ കാരണം (ശരിയായി തിരിച്ചറിഞ്ഞില്ലെങ്കിൽ, ഊഹിക്കുക)?
- നിങ്ങൾക്ക് ശാരീരികമായും മാനസികമായും എങ്ങനെ തോന്നുന്നു?
- നിങ്ങൾ എങ്ങനെ പ്രതികരിക്കുന്നു?
- നിങ്ങൾക്ക് സുഖം തോന്നുന്നത് എന്താണെന്ന് തിരിച്ചറിയുന്നത്?
- അടുത്തിടെ നിങ്ങൾ എങ്ങനെയാണ് പ്രശ്നങ്ങൾ പരിഹരിച്ചതെന്ന് ചിന്തിക്കുക.

നിങ്ങളുടെ വിവരണത്തിൽ നിന്ന് പ്രശ്നങ്ങൾ തിരിച്ചറിയാൻ കഴിയും. നിങ്ങൾ ശരിയായ രീതികൾ ഉപയോഗിക്കുന്നുണ്ടോ, അതോ അനാരോഗ്യകരവും ക്രിയാത്മകമല്ലാത്തതുമായ വഴികൾ ഉപയോഗിക്കുന്നുണ്ടോ? നിർഭാഗ്യവശാൽ, അവരുടെ പ്രശ്നങ്ങൾ കൂടുതൽ വർദ്ധിക്കുന്ന സമ്മർദ്ദത്തെ നേരിടാൻ ആളുകൾ അത്തരം രീതികൾ സ്വീകരിക്കുന്നു.

നിങ്ങളുടെ നിയന്ത്രണത്തിന് അതീതമായ കാര്യങ്ങൾ സ്വീകരിക്കുക: പിരിമുറുക്കങ്ങളുടെ ചില ഉറവിടങ്ങൾ നിർബന്ധമാണ്. നിങ്ങൾക്ക് അവയിൽ നിന്ന് ഓടിപ്പോകാനും അവരെ മാറ്റാനും കഴിയില്ല. ഉദാഹരണത്തിന്, കുടുംബത്തിൽ തെറ്റായി സംഭവിച്ചാൽ, ഏതെങ്കിലും വിട്ടുമാറാത്ത രോഗമോ വിഷാദമോ ഉണ്ടായാൽ, ഈ സാഹചര്യങ്ങളുടെ പിരിമുറുക്കത്തിൽ നിന്ന് കരകയറാനുള്ള ഏറ്റവും നല്ല മാർഗം അത് അതേപടി സ്വീകരിക്കുക എന്നതാണ്. വ്യക്തമായും, ഇത്

ബുദ്ധിമുട്ടാണ്, പക്ഷേ കൂടുതൽ സമയത്തേക്ക് സാഹചര്യം ഒഴിവാക്കുന്നതിന് പകരം സ്വീകരിക്കുന്നത് എളുപ്പവും പ്രയോജനകരവുമാണ്.

മറികടക്കാൻ കഴിയാത്ത കാര്യങ്ങൾ നിയന്ത്രിക്കാൻ ശ്രമിക്കരുത്. ജീവിതത്തിൽ നിയന്ത്രണാതീതമായ ചില കാര്യങ്ങളുണ്ട് - പ്രത്യേകിച്ച് മറ്റുള്ളവരുടെ പെരുമാറ്റം. ഇവയിൽ പിരിമുറുക്കപ്പെടുന്നതിനുപകരം, പ്രശ്നങ്ങൾ പരിഹരിക്കാൻ നിങ്ങൾ തിരഞ്ഞെടുക്കുന്ന അവസരം പോലുള്ള നിങ്ങൾക്ക് നിയന്ത്രിക്കാൻ കഴിയുന്ന കാര്യങ്ങളിൽ ശ്രദ്ധ കേന്ദ്രീകരിക്കുന്നത് നന്നായിരിക്കും.

എപ്പോഴും മുന്നോട്ട് നോക്കുക. "നിങ്ങളെ കൊല്ലാത്തത് നിങ്ങളെ ശക്തനാക്കുന്നു" എന്ന് പറയപ്പെടുന്നു. വലിയ വെല്ലുവിളികളെ അഭിമുഖീകരിക്കുമ്പോൾ, നിങ്ങൾ അവയെ വ്യക്തിപരമായ തലത്തിൽ ഒരു അവസരമായി കാണണം. നിങ്ങളുടെ തെറ്റായ തിരഞ്ഞെടുപ്പ് നിങ്ങളെ പിരിമുറുക്കത്തിന്റെ ഇരയാക്കുന്നുവെങ്കിൽ, നിങ്ങളുടെ തെറ്റുകളിൽ നിന്ന് ചിന്തിക്കുകയും പഠിക്കുകയും ചെയ്യുക.

നിങ്ങളുടെ വികാരങ്ങൾ പങ്കിടുക. വിശ്വസനീയരായ ആളുകളുമായി സംസാരിക്കുക. അല്ലെങ്കിൽ ഏതെങ്കിലും തെറാപ്പിസ്റ്റുമായി ബന്ധപ്പെടുക. നിങ്ങളുടെ വികാരങ്ങൾ മറ്റുള്ളവരുമായി പങ്കുവെക്കുകയാണെങ്കിൽ, നിങ്ങൾക്ക് അത് മാറ്റാൻ കഴിയില്ലെങ്കിലും, സാഹചര്യത്തെക്കുറിച്ച് നിങ്ങൾക്ക് നന്നായി അനുഭവപ്പെടും.

ക്ഷമിക്കാൻ പഠിക്കുക: ആളുകൾ ആവർത്തിച്ച് തെറ്റുകൾ വരുത്തുന്ന അപൂർണ്ണമായ ലോകത്താണ് നാം ജീവിക്കുന്നത് എന്ന വസ്തുത അംഗീകരിക്കുക. നിങ്ങളിൽ നിന്ന് കോപവും അസുഖവും നീക്കുക. മറ്റുള്ളവരോട് ക്ഷമിക്കുന്നതിലൂടെ, നിങ്ങൾ നിഷേധാത്മകതയിൽ നിന്ന് മുക്തനാകുകയും മുന്നോട്ട് പോകുകയും ചെയ്യും. നിങ്ങൾ പതിവായി ആസ്വദിക്കാനും വിശ്രമിക്കാനും സമയം ചെലവഴിക്കുകയാണെങ്കിൽ, സമ്മർദ്ദത്തിന്റെ കാരണങ്ങളെ നിങ്ങൾക്ക് നന്നായി കൈകാര്യം ചെയ്യാൻ കഴിയും.

“നിങ്ങളുടെ ജീവിതം മാറ്റാൻ നിങ്ങൾ ഗൗരവമായി ആഗ്രഹിക്കുന്നുവെങ്കിൽ, നിങ്ങൾ ഒരു വഴി കണ്ടെത്തും. നിങ്ങൾ ഇല്ലെങ്കിൽ, നിങ്ങൾ ഒരു ഒഴികഴിവ് കണ്ടെത്തും. ”

-ജെൻ സിൻസിറോ

അതിനാൽ, ശാരീരികവും മാനസികവുമായ ആരോഗ്യത്തിന്റെ പ്രാധാന്യം വിശദീകരിക്കാൻ, ബുദ്ധൻ അത് നന്നായി ചിത്രീകരിക്കുന്നു:

"ശരീരത്തെ നല്ല ആരോഗ്യത്തോടെ നിലനിർത്തുക എന്നത് ഒരു കടമയാണ്... അല്ലാത്തപക്ഷം നമ്മുടെ മനസ്സിനെ ശക്തവും വ്യക്തവുമായി നിലനിർത്താൻ നമുക്ക് കഴിയില്ല."

□□□